ஓங்காரஒளி

(சொற்பொழிவுகள்)

கி. வா. ஜகந்நாதன்

Title: Ongara Oli

Author: Ki. Va. Jagannathan

Language: Tamil

First Published on: 1958

Year of Publication: 2025

Book Format: Paperback

*Page Size: 6inch * 9inch*

Category: Religious

Subject: Religious Essays

No. of pages: 138

ISBN: 978-81-998258-6-4

Published by: Nilan Publishers, Madurai, Tamilnadu, India

பொருளடக்கம்

குறிப்புகளுக்காக

முகவுரை

கந்தர் அலங்காரச் சொற்பொழிவு வரிசையில் இது பதினோராவது புத்தகம். இதில் ஐம்பத்தைந்தாவது பாடல் முதல் ஐம்பத்தொன்பதாவது பாடல் வரையில் உள்ள ஐந்து பாடல்களுக்குரிய விளக்கம் இருக்கிறது.

ஓங்கார ஒளி என்னும் முதற் சொற்பொழிவில் அருண கிரிநாதப் பெருமான், "இவ்வாறு செய்யாமல் மக்கள் வீணாக வாழ்கிறார்களே! யமதூதர்கள் வந்தால் என்ன செய்வார்கள்!" என்று இரங்கும் பாட்டுக்குரிய விளக்கம் இருக் கிறது. இவை செய்யவில்லையே என்று இரங்கும் வாயிலாக, இவை செய்தால் யம பயத்தைப் போக்கிக் கொள்ளலாம் என்பதைப் புலப்படுத்துகிறார். ஓங்காரம் ஒரு மந்திரம்; அது ஒலிவடிவானது. அதைப் பற்றிப் பல பெரியோர்கள் சொல்லி யிருக்கிறார்கள். இந்தப் பாட்டில் அருணகிரிநாதர் ஓங்காரத்துக்கு ஒளியும் உண்டு என்று சொல்லுகிறார். அநுபூதி மானாகிய அவர் கூறுவது கற்பனை அன்று. ஓங்காரம் அநுபவ நிலையில் ஒலியாகவும் ஒளியாகவும் இருந்து பொறிகள் பராமுகப் படாமல் ஒடுங்கி நிற்க உதவி செய்யும் என்ற இரகசியத்தை இந்தப் பாடல் தெரிவிக்கின்றது.

இருவகைக் கவிகள் என்னும் சொற்பொழிவில், "கிழியும் படி" என்ற திருப்பாடலின் விளக்கம் இருக்கிறது. இதிலும் யம பயத்தைப் போக்க ஒரு வழியை அருணகிரியார் கூறுகிறார்; இறைவனுடைய புகழாகிய கவிகளைக் கேட்டு உருகவேண்டும் என்றும், இழியும் கவிகளைக் கேட்கலாகா தென்றும் உபதேசம் பெய்கிறார். காதுள்ள போதே நல்ல கவிகளைக் கேட்டு உருகாதவர்கள் யம வாதனைக்கு ஆளாவர் என்ற கருத்தையும் தெரிவிக்கிறார்.

இருபிடி சோறு என்ற சொற்பொழிவு, "பொருபிடியும் களிறும்" என்ற பாட்டின் விளக்கம். மனிதனுடைய

நடைமுறை வாழ்க்கைக்கு ஏற்ற வகையில் உபதேசம் புரிகிறவர் அருணகிரியார் என்பது இந்தப் பாடலினால் நன்றாகப் புலப் படுகிறது. அறம் செய் என்றும், ஐயம் இட்டு உண் என்றும் பொதுவகையாக உபதேசம் செய்தவர்கள் பலர் உண்டு. அருணகிரியார் அதை மாத்திரம் சொல்லவில்லை. இரு மடங்கு ஈட்டி ஒரு மடங்கு அறம் செய்து ஒரு மடங்கு உண்டு அமைதியாக இருங்கள் என்று சொல்கிறார்.

ஈட்டும்போதும் ஈயும்போதும் நுகரும் போதும் அமைதி பெறும்போதும் இறைவனை நினைக்கவேண்டும் என்பது அவருடைய நல்லுரை. இருபிடி சோறு கொண்டு, இட்டு, உண்டு, இரும்' என்ற இந்த உபதேசம் புதுமையானது; நடைமுறைக்கு ஏற்றது.

இனிய பிரான் என்ற சொற்பொழிவில், "நெற்றாப் பசுங்கதிர்" என்ற பாட்டின் விளக்கம் அமைந்திருக்கிறது. இங்கே முருகப் பெருமானுடைய திருவிளையாடல்கள் யாவும் ஞான உலகக் காட்சிகளே என்பதைக் குறிப்பாகப் பெற வைக்கிறார் அருணை முனிவர். வள்ளிக்கு இனிய பிரான் ஞான குருவாகிய தென்முகக் கடவுளுக்கும் இனியவன் என்று இணைத்துக் கூறுவதனால் இந்தக் கருத்தை உள்ளம் கொள்ளச் செய்கிறார். இந்தப் பாட்டில் நெற்றா' என்ற புதிய சொல் ஒன்றைப் படைத்து அமைத்திருக்கிறார்.

அடுத்தது 'எங்காயினும் வரும்' என்ற சொற்பொழிவு- "பொங்கார வேலையில்" என்ற பாடலின் விளக்கம் அது. இறைவன் திருவருளும் நாம் செய்யும் அறத்தின் பயனும் எங்காயினும் வந்து உதவும் என்ற கருத்தை இந்தப் பாடல் உணர்த்துகிறது. முன்பு செய்த அறம் பின்பு வந்து பயன் தரும் என்பதைப் பலர் சொல்லியிருக்கிறார்கள்.

ஆயினும் அருணை முனிவர் சொல்வதில் ஒரு சிறப்பு இருக்கிறது. அறத்தை நினைப்பூட்டும்போதே அதற்கு உவமையாக வைத்து இறைவன் திருவருளையும் நினைப்பூட்டுகிறார். இறைவனது திருவருள் நம்மை

எப்படியாவது வந்து பாது காப்பது உறுதி; அது போலவே அறமும் நம்மைக் காக்கும். இந்த இரண்டு உண்மைகளையும் ஒருங்கே பெறவைக்கிறார்.

அவன் அருள் எங்காயினும் வந்து உதவுவதை அவர் தம் அநுபவத்தில் கண்டவர்; ஆதலின் அதனை உவமையாக்கினார்.

இதில் உள்ள ஐந்து பாடல்களில் மக்களைப் பார்த்து உபதேசம் செய்யும் உருவத்தில் இருப்பவை மூன்று பாடல்கள் (2,3,5). ஒன்று மக்களின் நிலையைப் படர்க்கையி வைத்துச் சொல்லுகிறது (1); மற்றொன்று முருகப் பெருமானுடைய பெருமையைப் பேசுகிறது; (4) உபதேச மானாலும், இரக்கமானாலும், அநுபவமானாலும் ஒவ்வொரு பாட்டிலும் முருகனுடைய தொடர்பு அமைந்திருக்கும். கந்தர் அலங்காரம் அல்லவா?

முருகன், கிழியும்படி அடல் குன்று எறிந்தோன், புனச்சிறு மான் தருபிடி காவலன், சண்முகன், வள்ளி முற்றாத்தனத்திற்கு இனிய பிராள், வேள் பட விழியாற் செற்றார்க்கு இனியவன், தேவேந்த்ர லோக சிகாமணி, பொங்கார வேலையில் வேலை விட்டோன் என்று அவன் பெயர்கள் வருவது காண்க.

இந்த ஐந்து பாடல்களும் படர்க்கைப் பாவல்; முருகனை முன்னிலையில் வைத்துப் புகழாமல், அவனைப் புகழ்ந்தவை.

கந்தர் அலங்காரச் சொற்பொழிவுகள் வாரந்தோறும் நிகழ்ந்து வருகின்றன; நிறைவடையும் நிலையில் உள்ளன அவை முற்றுப் பெறுவதற்கு முன் இந்த நூல் வரிசையையும் வெளியிட்டு விடலாம் என்ற எண்ணம் ஒருகால் தோன்றிய துண்டு.

ஆயினும் சிறிய ஆற்றலுடைய எளியேனுடைய எண்ணத்துக்குத் திண்மை ஏது?

இந்த அளவில் முருகன் திருவருள் துணை செய்கிறதே என்று எண்ணி அவனை வாழ்த்துகிறேன்.

"காந்தமலை"
கல்யாண நகர்
சென்னை-28

கி. வா. ஜகந்நாதன்

4-9-58

ஓங்கார ஒளி

இறைவன் திருவருள் நெறியில் புகுந்து சரியை, கிரியை, யோகம், ஞானம் என்ற நான்கு சோபானங்களில் சென்று, எம்பெருமான் திருவருளால் இன்ப நலம் துய்த்த பெருமக்கள் பலர் இந்த நாட்டில் இருந்திருக்கிறார்கள். அவர்களுக் குள்ளேயும் இறைவன் திருவருள் நெறியில் ஒன்றியிருந்து தியான சமாதி கைவரப்பெற்ற அநுபூதிமான்கள் பாடுகிற பாட்டின் சுவையே தனிச் சிறப்புடன் இருக்கும். இவர்களுள் தலைசிறந்து விளங்கும் அருணகிரியார் நல்ல பல வகையான உபதேசங்கள் அடங்கிய பாடல்கள் பலவற்றை நமக்கு அருளியிருக்கிறார்.

அநுபவ வேட்கை

'ஆண்டவன் கோயிலுக்குப் போகவேண்டும்; அவன் திருவுருவத்தை மனத்தில் பதித்துக்கொள்ள வேண்டும்; அவன் திருநாமத்தைச் சொல்ல வேண்டும்; தியானம் பண்ணவேண்டும்' என்று அவர் அறிவுறுத்தியுள்ள பலவகையான பழக்கங்களை நாம் செய்து கொண்டு வந்தாலும், அவற்றோடு நாம் நின்றுவிடக்கூடாது. பொழுதைப் பிற செயல்களிலே கழிக்கும் மக்களைக் காட்டிலும் இறைவன் திருவருளைப் பெறவேண்டுமென்ற ஆசையோடு அவன் திருநாமத்தை ஓதி, பஜனை செய்து வாழ்வது சிறந்ததுதான். ஆனாலும் ஒரு வேளை சாப்பிட்டாலும், 'பட்டினி கிடந்தவனைக் காட்டிலும் நாம் சிறந்திருக்கிறோம்' என்று யாரும் திருப்தி அடைவதில்லை. 'இரண்டு வேளை சாப்பிடவேண்டும். மறுநாளும் சாப்பிடவேண்டும். என்றைக்கும் நன்றாகச் சாப்பிட்டுக்கொண்டிருக்க வேண்டும்' என்றுதான்

விரும்புவான். இறைவன் அருள் நெறித் திருக்கூட்டத்தில் கலந்து அவன் திருநாமத்தைச் சொல்லி, திருப்புகழைப் பாடி, வாழ்கிற வாழ்வு நல்ல வாழ்வுதான். அதோடு நின்றுவிட்டால் ஒரு வேளை சாப்பிட்டவன் கதிதான் கிடைக்கும். அப்படி எம்பெருமான் அருளால் இல்லாமல் அதற்கும் மேலே மனத்தில் அமைதி காணுகின்ற நிலையைப் பெற வேண்டும். அந்த நிலையைப் பெறுவதற்கு வழி இன்னது என்று நூல் ஆராய்ச்சியினாலே தெரிந்துகொண்டு சொல்வது ஒருவகை. அதைவிடச் சிறந்தது சொந்த அநுபவத்தின் மூலம் வழி காட்டுவது.

அருணகிரியார் சொல்லும் முறை

அநுபூதிமானாகிய அருணகிரிநாதர், எதிர்மறை முகத்தால், 'இப்படி எல்லாம் மக்கள் செய்யாமல் இருக்கிறார்களே!' என்று இரங்கும் வாயிலாக, இன்னது செய்ய வேண்டும் என்பதை நமக்கு ஒரு பாட்டின் மூலம் அறிவிக்கிறார். இந்தப் பாட்டு அவரைப் போன்ற நல்ல அநுபூதிமான் ஒருவரால்தான் சொல்ல முடியும்.

"ஐயா, இந்தக் குழந்தை இந்த மருந்து சாப்பிட மாட்டேன் என்கிறானே! எங்கே பார்த்தாலும் விஷ சுரம் பரவிக்கொண்டிருக்கிறதே! இந்த மருந்தைச் சாப்பிடா விட்டால் அந்த நோய் வந்தால் என்ன செய்வேன்?" என்று ஒருவர் இரங்குகிறார். அவர் அப்படிச் சொல்வதிலிருந்தே அந்த மருந்து சாப்பிடுகிறவர்களுக்கு விஷ சுரம் வராது என்பது நமக்குத் தெரியவில்லையா? இந்த மருந்தை உட்கொள் என்பதற்கும் அதற்கும் அதிக வேறுபாடு இல்லை.

தந்தையின் இயல்பு

எப்போதும் ஒரு குடும்பத்திலுள்ள தாய்க்கும் தகப்பனுக்கும் அன்பின் வெளிப்பாட்டிலே வேறுபாடு உண்டு. அவர்களுடைய குழந்தை பரீட்சையில் தேர்ச்சி பெறுகிறான். அதைப்பற்றித் தாய் மிகவும் மகிழ்ச்சி அடைவாள். "என் குழந்தை பரீட்சையில் தேறிவிட்டான்" என்று

ஊரிலுள்ளவர்களிடம் எல்லாம் பெருமையாகச் சொல்லி மகிழ்வாள். தந்தைக்கும் மகிழ்ச்சி இராதா? இருந்தாலும், "பெரிதாகத் தேறிவிட்டானாக்கும்! அடுத்த தெரு முருகன் ராஜ்யத்திற்கே முதல்வனாகத் தேறியிருக்கிறான். இவன் நன்றாகப் படிந்திருந்தால் தானே அப்படித் தேர்ச்சி பெற?" என்று வெளிப்படையாகப் பேசுவார். தம்முடைய பிள்ளை குறை சிறிதுமின்றி, நிரம்பி வரவேண்டுமென்ற எண்ணத்திலே அப்படிச் சொல்வார். தம் பையன் தேர்ச்சி பெற்றது பற்றி அவருக்கு உள்ளுக்குள் மகிழ்ச்சி இருக்கத்தான் இருக்கும்.

குழந்தையிடத்தில் அன்புடைய தகப்பனாரைப் போன்று, உலகிலுள்ள எல்லா மக்களுக்கும் தகப்பனார் நிலையில் இருப்பவர் அருணகிரியார். உலகில் நல்ல வழியில் போகிறவர்கள் எத்தனை பேர்கள் இருந்தாலும் அவர்களைப் பார்த்து வெளிப்படையாக மகிழ்ச்சி அடையமாட்டார். அவர் அப்படி மகிழ்ச்சியைத் தெரிவித்துக் கொள்ளா விட்டாலும் அவர்கள் நல்ல நெறியிலேதான் நிற்பார்கள்; யார் நல்ல நெறியில் போய்க் ரெண்டிருக்கவில்லையோ அவர்களைப் பார்த்து இரங்கினால் அவர்கள் திருந்தக்கூடும் என்ற பேரன்பினாலே இறைவன் திருவருளை மறந்து, அவன் அருளைப் பெறுவதற் குரிய சாதனங்களைச் செய்யாமல், இந்திரியங்களின் வசப் பட்டுத் துன்பத்தை அடைகிறார்களே!" என்று அத்தகைய வர்களைக் குறித்துத் தம்முடைய இரக்கத்தைப் புலப்படுத்துகிறார்.

ஆங்கா ரமும் அடங்கார் ஒடுங் கார்பர மானந்தத்தே
தேங்கார் நினைப்பும் மறப்பும் அறார்தினைப்
போதளவும்
ஓங்காரத் துள்ளொளிக் குள்ளே முருகன்
உருவங்கண்டு
தூங்கார் தொழும்புசெய்யார்

என்கிறவரைக்கும் இவை செய்யவில்லையே என்று சுட்டிக் காட்டுகிறார்.

தன் தந்தையைப் பார்த்து, "நான் படிக்காவிட்டால் உங்களுக்கு என்ன?" என்று முரட்டுப் பிள்ளை கேட்கிறான். "எனக்கு என்னடா? நான்தான் நீ பின்னாலே படப் போகிற துன்பங்களை எல்லாம் பார்த்துக்கொண்டு இருக்கப் போகிறேனா? இப்போது படிக்காவிட்டால், நாளைக்குக் கல்யாணம் பண்ணிக்கொண்டு, குழந்தை குட்டிகளைப் பெற்று அவர்களைக் காப்பாற்றத் திண்டாடுவாயே! அப்போது என்ன செய்வாய்?" என்று சொல்கிற தந்தையைப் போல, அருணகிரியார் தாம் சொல்லியவற்றைச் செய்யாமையினால் என்ன உண்டாகும் என்பதைக் கடைசியில் சொல்கிறார்

என் செய்வார் யமதூதருக்கே?

"இப்போது வருகிற இடையூறுகளை எல்லாம் தம்முடைய அறிவினாலே, வாய்ப் பலத்தினாலே, உடம்பின் ஆற்றலினாலே போக்கிக்கொள்ளலாம். இவற்றினாலே போக்கிக்கொள்ள முடியாமல், நான் சொல்கிற இந்த வழிகளில் சென்றால் அன்றி மாய்க்க முடியாத துக்கம் ஒன்று இருக்கிறது. அந்தத் துக்கத்தை உண்டுபண்ணுவதற்காகவே வருகிறவர்கள் யம தூதர்கள். அப்போது அவர்களை எதிர்த்து நிற்க இவர்கள் என்ன செய்வார்கள்?" என்று இரங்குகிறார்.

அறுவடைக் காலத்தில் மட்டும் அரிவாளை எடுத்துக் கொண்டு போனால் அறுக்கக் கதிர் இராது. விதைக்கும் காலத்தில் விதைவிதைத்து. உரமிடும் காலத்தில் உரமிட்டு களை எடுக்கும் காலத்தில் அவைகளை எடுத்துப் பயிரை வளர்த்தால்தான், அறுவடைக் காலத்தில் அரிவாள் எடுத்துச் சென்றால் கதிர் அறுக்கலாம். அப்படி யம தூதரைக் கண்டு அஞ்சாமல் இருக்கவேண்டுமென்றால் ஆங்காரம் அடங்க வேண்டும்; பரமானந்தத்தே தேங்க வேண்டும்; நினைப்பும் மறப்பும் அறவேண்டும். ஒரு கணமாவது ஓங்காரத்து உள்ளொளிக்குள்ளே முருகன் உருவம் கண்டு தூங்க வேண்டும்; தொழும்பு செய்ய வேண்டும். "இப்படிச் செய்யாதவர்கள் யம தூதர் வந்தால் அவர்களுக்கு எதிரே என்ன-செய்வார்கள்?" என்று கேட்கிறார் அருணகிரிநாதர்.

"ஆங்காரம் அடங்காதவர்கள், ஒடுங்காதவர்கள் யம தூதருக்கு அஞ்சுவார்கள். ஆங்காரம் அடங்குபவர் அஞ்சார்; ஒடுங்குவோர் அஞ்சார். பரமானந்தத்தே தேங்காதவர்கள் அஞ்சுவார்கள்; தேங்குபவர்கள் அஞ்சமாட்டார்கள். நினைப்பும் மறப்பும் அறாதவர்கள் அஞ்சுபவர்கள்; நினைப்பும் மறப்பும் அறுபவர்கள் அஞ்சாதவர்கள். தினைப் போது அளவும் ஓங்காரத்து உள்ளொளிக்குள்ளே முருகன் உருவம் கண்டு தூங்காதவர் அஞ்சுபவர்கள்; தூங்குபவர்கள் அஞ்சார். தொழும்பு செய்யார் அஞ்சுவார்; தொழும்பு செய்வார் அஞ்சார்" என்று இந்தப் பாட்டில் அருணகிரியார் எதிர்மறையில் சொன்னவற்றை எல்லாம் உடம்பாடாக அமைத்துப் பார்த்தால் நாம் உய்வு பெறும் நெறி தெரிகிறது.

மூன்று பகுதிகள்

இதில் மூன்று பகுதிகள் உள்ளன.

ஆங்காரமும் அடங்கார் ஒடுங்கார் பரமானந்
தத்தே
தேங்கார் நினைப்பும் மறப்பும் அறார்.

என்பது வரையில் ஒரு பகுதி.

தினைப்போதளவும்
ஓங்காரத்து உள்ஒளிக்குள்ளே முருகன் உருவம்
கண்டு
தூங்கார்; தொழும்பு செய்யார்

என்பது அடுத்த பகுதி. இந்த இரண்டு பகுதியிலே சொல்லும் கருத்துக்களில் வேறுபாடு உண்டு.

தலையளவும் கடையளவும்

ஒரு தகப்பனார், தம் குழந்தை ஆங்கிலத்தில் நல்ல புலமை பெறவேண்டுமென்று விரும்புகிறார். அவனோ படிப்ப தில்லை. அவனைப் பார்த்து, "அடே, ஆங்கிலத்தில் நல்ல

அறிவு வேண்டுமென்றால் ஷேக்ஸ்பியர் படிக்க வேண்டும்; மில்ட்டன் படிக்கவேண்டும். ஒன்றும் படிக்கவில்லை: ஆங்கிலப் பத்திரிகையின் தலையங்கமாவது படிக்கக் கூடாதா?" என்று, சொல்லுகிறார். ஷேக்ஸ்பியர், மில்ட்டன் போன்ற கவிஞர்களின் நூல்களைப் படிப்பது சிறந்த நிலை. அது முடியவில்லை. என்றால் குறைந்த பட்சம், ஆங்கிலப் பத்திரிகையின் தலையங்கம் படிப்பது. இது இருந்தால் நாளடைவில் அது வரும்.

அப்படி, ஆங்காரம் அடங்கி ஒடுங்கி, பரமானந்தத்தே தேங்கி, நினைப்பும் மறப்பும் அறுவது தலை நிலை; இது மேலளவு *(Maximum)*. இது வரவேண்டுமானால் இதற்குப் பல வழிகள் உண்டு. இறைவன் திருவருள் அநுபவம் கிடைத்துவிடும் என்று தெரிந்து கொள்வதற்கு அறிகுறி ஒரு கணமாவது ஓங்காரத்து உள்ளொளிக்குள்ளே முருகன் உருவம் கண்டு தூங்க வேண்டும்; இறைவனுக்குத் தொண்டு செய்யவேண்டும். இது மிகக் குறைந்த நிலை; தாழ்ந்த அளவு *(Minimum)* இந்த இரண்டு அளவுகளையும் அநுபவத்தில் கண்டால் என்ன பயன்? "யமதூதரைக் கண்டு அஞ்சாமல் வாழ லாம். மரணம் இல்லாத பெருவாழ்வு எய்தலாம்" என்று அந்தப் பயனைக் கடைசிப் பகுதியில் வைத்துச் சொல்கிறார் அருணகிரியார்.

இனி ஒவ்வொரு பகுதியாகப் பார்க்கலாம்.

ஆங்காரம் அடங்கல்

ஆங்காரமும் அடங்கார்; ஒடுங்கார்.

ஆங்காரம் என்ற சொல் அகங்காரம் என்பதன் திரிபு. ஆங்காரம் என்று சொல்லும்போது நாம் அகங்காரத்தைக் குறிப்பதில்லை. ஆங்காரம் உடையவன் என்றால் கோபம் உடையவன் என்கிற நினைப்புத்தான் வருகிறது. அகங்காரத்திற்கும் கோபத்திற்கும் தொடர்பு உண்டு. நான் என்ற நினைவு வரும்போது பற்று உண்டாகிறது. தன்னால் பற்றப் படுகிற பொருளை வேறு ஒருவன் பற்றினால் கோபம்

உண்டாகிறது. நான் என்ற நினைவும், எனது என்ற பற்றும் வந்தால் கோபம் உண்டாகிறது. ஆங்காரம் என்ற சொல்லுக்கே கோபம் என்ற அர்த்தம் வழக்கில் வந்து விட்டது. ஆங்காரமாகிய கோபம் அடங்க அகங்காரம் என்ற செருக்கு அடங்க வேண்டும்.

"காமம் வெகுளி மயக்கம் இவைமூன்றன்
நாமம் கெடக்கெடும் நோய்"

என்று சொல்கிற வள்ளுவர் வெகுளி என்பதை நடுவில் வைத்தார். வெகுளி என்பது கோபம்; உள்ளத்திலுள்ள ஆசாபாசங்களின் வெளியீடு. மனம் உடைய எல்லோருக்கும் வரும். சாதனம் பண்ணுகிறவர்களுக்குங் கூடக் கோபம் வரும்.

கோபம் வராமல் இருப்பது வேறு; வருகிற கோபத்தை அடக்குவது வேறு. மனத்தில் கோபம் வராமல் இருக்கிற வர்கள் யாரும் இல்லை. அதனால்தான் ஔவைப் பாட்டி, "அறுப்பது சினம்'" என்று சொல்லவில்லை ; '"ஆறுவது சினம்" என்று சொன்னாள். சினம் உண்டாவது மனத்தின் இயல்பு. இயல்பான ஒன்றை அறுக்க முடியாது. மனிதனுக்குக் கோபம் வருவது இயற்கையாதலால், வருகிற கோபத்தை உடனே அறிவினால் அடக்கிவிட முயல் வேண்டும்.

"உள்ளங் கவர்ந்தெழுந் தோங்கு சினம்காத்துக்
கொள்ளும் குணமே குணம்என்க"

என்று சிவப்பிரகாச சுவாமிகள் சொல்கிறார்.

ஒருவன் நல்லவனாக இருப்பான். மற்றவர்களிடத்தில் நயமாகப் பேசிக் கொண்டிருப்பான். அவன் உள்ளத்தைக் கவர்ந்து கொண்டு சினம் எழுந்துவிட்டால் அவனுக்குக் கண் தெரியாமல் போய்விடும். அவனது சுமுகமான குணம் மூர்க்கத்தனமாகிவிடும். அவனால் மிகவும் மதிக்கப்படுகிறவர்கள் குறுக்கே சமாதானம் பண்ணி வைக்க வந்தாலும் அவர்களுக்கு மரியாதை கொடுக்காமல் கத்துவான். பகைவன்மேல் விழவேண்டிய அடி சமாதானம் பண்ண

வந்தவர் மேல் விழுந்தாலும் விழும். அதை அவன் உணரமாட்டான். கோபம் அவனது அகக்கண்ணையும் மறைத்து, புறக்கண்ணையும் மறைத்துவிடும். இப்படி உள்ளம் கவர்ந்து எழுந்து ஓங்கும் சினத்தைக் காத்துக் கொள்ளும் குணமே குணம்.

சினம் வராமலேயே இருப்பது உயர்ந்ததுதான். அந்த நிலை முதிர்ந்த ஞானிகளிடந்தான் காணலாம். வீடு தீப்பற்றிக் கொள்ளாமல் பாதுகாப்போடு இருப்பது உயர்வு தான். பற்றிக் கொண்டுவிட்டால் வீடு முழுவதும் தீப்பரவாதவாறு தீயை அணைக்கிறோம். முழுவதும் பரவிவிட்டால் பக்கத்து வீடுகள் பற்றிக்கொள்ளும் முன்னே அணைக்கப் பார்க்கிறோம். பக்கத்து வீடுகளும் பற்றிக் கொண்டுவிட் டால் ஊர் முழுவதும் நாசமாகாதவாறு அணைக்க முற்படு வது இல்லையா? கோபம் உண்டாகும் போல் இருந்தால் உடனே அதை அடக்க முயலவேண்டும். உண்டாகிவிட் டால் அதன் விளைவு மற்றவர்களிடத்திலும் பரவாதவாறு உடனே தடுத்துக் கொள்வதற்கு முயலவேண்டும். இதுதான் அறிவுக்கு அழகு.

ஒருவன்மேல் கோபம் உண்டானால், அந்தக் கோபம் வெளிப்படும் முன், 'அவன்மேல் எதற்காகப் கோபம் வந்தது? அவன் என்ன தவறு செய்தான்? அந்தப் பிழையை அவன் செய்யும்படி நாம் என்ன செய்தோம்?' என்று கொஞ்சம் சிந்தனை செய்ய முற்பட்டால் போதும்; கோபம் தணிந்துவிடும். அதற்காகவே சிலர், கோபம் வரும்போது பத்து வரை எண்ணச் சொல்வார்கள். அதையும்விட நம்முடைய இன்பப் பொருளாக மதிக்கிற மனையாட்டியை நினைத்துக் கொண்டால் கோபம் போய் விடும் என்பர். மனையாட்டியிடத்திலே கோபம் வந்து விட்டால் ஆண்டவன் தான் அடக்கவேண்டும்.

அகங்கார மமகாரங்கள்

ஆண்டவனுடைய நினைப்பு இருந்தால் போதும்; யாரிடத்திலே கோபம் வந்தாலும் அது வெளிப்பாடு இல்லாமல் அவிந்துவிடும். இறைவன்பால் பக்தி உரம் பெறப் பெற அகங்கார மமகாரங்கள் மங்கி வரும். அதனால் கோபம் ஒழியும்.

"யான்என தென்னும் செருக்கறுப்பான்
வானோர்க்
குயர்ந்த உலகம் புகும்"

என்பார் வள்ளுவர்.

அவற்றை அறுப்பது எப்படி? நம் நாட்டில் உள்ளவர்கள் பல நல்ல பழக்கங்களை உண்டாக்கி வைத்தார்கள். ஒருவர் வீடு கட்டினார். கிருகப் பிரவேசம் நடைபெற்றது. அன்றைக்கு வந்திருந்த நண்பர் ஒருவர் வீட்டுக்காரரைப் பார்த்து, "வீட்டை நன்றாகக் கட்டிவிட்டீர்களே!" என்று பாராட்டினார். "உம், நானா கட்டி முடித்தேன்? ஆண்டவன் திருவருளால் முடிந்தது" என்று வீட்டுக்காரர் சொன்னார். இது அகங்காரத்தை மாற்றும் பழக்கம்.

தம் பெண்ணுக்கு ஒருவர் கல்யாணம் பண்ணினார். "பெண்ணுக்குச் சிறப்பாகச் கல்யாணம் பண்ணி விட்டீர்கள்" என்று சொன்னால், "ஆம், நன்றாகப் பண்ணினேன்" என்று அவர் சொல்லிக்கொள்வாரா? "ஆண்டவன் திருவருளினால் திருமணம் இனிது முடிந்தது" என்று சொல்வார். இப்படி வாக்கினாலே நான் செய்கிறேன் என்று கூறுவதை மாற்றி, அவன் செய்கிறான் என்ற பேச்சையும் நினைப்பையும் உண்டாக்கிக் கொண்டால் நம்மையும் அறியாமல் அவ் வுணர்ச்சி மெல்ல மெல்ல ஆழமாக நெஞ்சிலேயும் பாய்ந்து விடும். "ஆண்டவனே, என்னுடையது என்று இவ்வுலகில் என்ன இருக்கிறது? எல்லாம் உன்னுடையன. நான் நான்? என்று எண்ணி மயங்கினேனே! நான் எங்கே இருக்கிறேன்

எங்கும் நீதான் இருக்கிறாய்" என்கிற உணர்வு உள்ளத்தில் உறைத்துவிடும்.

நம் நாட்டுப் பெரியவர்கள் நான் என்று சொல்வது இல்லை. "நாம்" என்று சொல்வது வழக்கம். நான் தனி அல்ல. "நான் என்பது ஒரு சமஷ்டியில் கலந்துள்ள ஒன்று: ஒரு பெரிய சமுதாயத்தில் சேர்ந்த ஒன்று" என்று நினைத்து சில அகங்காரிகளுங்கூட. நாம் என்று சொல்வார்கள். அதைப் பார்த்து, "நாம்" என்று சொல்லிக் கொள்வ துண்டு. நாம் என்பது அவர்களிடம் அகந்தையை ஒழித்துக் கொள்ளப் பயன்படுவதில்லை; அகங்காரத்தை மிகுவிக்கிறது ஆற்றிலே குளித்து அழுக்கைப் போக்கிக் கொள்ளப் போய்ச் சேற்றைப் பூசிக்கொண்ட கதைதான் அது.

மனத்தின் தீய நினைப்பு மாறி, "நான் செய்யவில்லை. எல்லாம் ஆண்டவன் செய்கிறான். எனது என்று ஒன்றும் இல்லை. எல்லாம் ஆண்டவனுடையவை" என்கிற உண்மையான ஞானம் ஒருவனுக்கு உண்டானால் அவனுக்குப் பிறரிடத்தில் கோபமே உண்டாகாது. அகங்காரம் அடங்கி விடும். இல்லாதவர்கள்,

ஆங்காரமும் அடங்கார்; ஒடுங்கார்.

ஒடுக்கம்

ஒடுக்கம் என்பது வெளிப்பாட்டின் குறைவு. வெளிப்படு தலாவது யாது? நம்முடைய திரிகரணங்களின் செயல் வெளிப்பாடு. மாறுபட நினைப்பது மனத்தின் செயல். மாறு படப் பேசுவது வாக்கின் செயல். மாறுபடச் செய்வது உடம்பின் செயல். இந்த மூன்று வகையான செயல்களும் அடங்கினால், பொறி வழியே உண்டாகும் ஐந்து வகையான அநுபவங்களும் ஒடுங்கும்.

வாக்கினாலே பேசுகிறோம். அது செயல். ஒரு பொருளை வாயிலே போட்டுச் சுவைக்கிறோம். அது அநுபவம்.

செயலுக்குக் காரணமாகக் கர்மேந்திரியங்கள் ஐந்து இருக்கின்றன. அநுபவத்திற்குக் காரணமாக ஞானேந்திரியங்கள் ஐந்து இருக்கின்றன. வாக்கு, உடம்பு ஆகிய இரண்டினுள்ளும் ஐந்து கர்மேந்திரியங்களும் அடங்கும். மற்றொன்று மனம். மனம், வாக்கு, காயம் ஆகிய மூன்று கரணங்களினாலும் நாம் செயல் செய்கிறோம். கண் காது மூக்கு முதலிய ஞானேந்திரியங்களினாலே அநுபவிக்கிறோம். செயல்படுகிற மூன்று கரணங்களையும் அடக்கினால் அவற்றால் உண்டாகிற அநுபவங்கள் ஒடுங்கும்.

திரிகரணங்களின் செயல் அடங்கி, ஐந்து பொறிகளின் நுகர்ச்சியும் ஒடுங்கினால் அதை ஒடுக்கம் என்று சொல்வர். சைவ மடங்களில் ஒடுக்கம் என்று ஓர் இடம் இருக்கும். அங்கேதான் மடாதிபதி இருப்பார். கர்மேந்திரியங்கள் ஐந்தும் அடங்கி, ஞானேந்திரியங்கள் ஐந்தும் ஒடுங்கித்தவம் செய்கிற இடம் எதுவோ அதற்கு ஒடுக்கம் என்று பெயர். மடாதிபதியோடு உடன் இருந்து தொண்டு புரியும் அணுக்கத் தொண்டருக்கு ஒடுக்கத் தம்பிரான் என்று பெயர். பெரும்பாலும் அடுத்த தலைவராக அவரே வந்து விடுவதுண்டு. ஒடுக்கத் தம்பிரான் என்றால் பிறரைத் தம்முடைய அதிகாரத்தினாலே மடத்தில் ஒடுக்குகிற தம்பிரான் என்று பொருள் கொள்ளக்கூடாது. புலன்கள் ஒடுங்கி இருக்கும் தம்பிரான் என்று பொருள்.

"ஒழிவில் ஒடுக்கம்' என்பது ஒரு நூல். ஒழிந்தால் ஒடுக்கம் வருமாம். செய்கிற காரியங்களிலிருந்து ஒழிந்து நிற்றல் உண்மையான ஒழிவாகும்; அதுவே உண்மைத் துறவு. துறவற நெறியை மேற்கொள்வதுதான் துறவு என்று எண்ணக்கூடாது. செய்யத்தகாத காரியங்களைச் செய்யாமல் இருப்பதும் ஒரு வகையில் துறவுதான். கொஞ்சம் கொஞ்சமாக நம்முடைய செயல்களை அடக்கிக்கொண்டு வந்தால், தேவைகளைத் துறந்து கொண்டு வந்தால், பூர்ணமரன துறவு தானே சித்திக்கும். நம்முடைய அநாவசியத் தேவைகளைத் துறத்தல் முதல் நிலை. மிக அவசியமான பொருள்களில் ஒரு பங்கைத் துறத்தல் அடுத்த நிலை. மிக அவசியமானவற்றையும்

துறந்துவிடுவது கடைசி நிலை. இப்படிப் படிப்படியாகத் துறக்கும்போது கர்மேந்திரியங்களுடைய செயலும் படிப்படியாக அடங்கும்; ஞானேந்திரியங்களுடைடய அநுபவ நுகர்ச்சியும் ஒடுங்கும்.

இப்படி அடங்கி ஒடுங்குவதற்கு இந்த உலகியல் வாழ்வில் இருந்துகொண்டே, ஆசாபாசங்களுக்கிடையே வாழ்ந்து கொண்டிருக்கும்போதே, முயற்சி செய்யவேண்டும். இவை எல்லாம் ஒழிந்தபின் முயலலாம் என்று இருப்பவன் கடல் அலை ஓய்ந்தவுடன் நீராடலாம் என்று இருப்பவனைப் போன்றவன். அநுபவப் பொருள்கள். இருக்கும்போது எதையும் அநுபவிக்காமல் துறந்து இருப்பதுதான் துறவு.

"இளையான் அடக்கமே அடக்கம்"

என்பர். உடம்பினால் தளர்ந்து முதிர்ந்து போன பெண் ஒருத்தி, “நான் கற்புடையவளாக இப்போது வாழ்கிறேன்" என்று சொல்லிக்கொண்டால் எப்படி இருக்கும்? "வ்ருத்தா நாரீ பதிவ்ரதா" என்று வடமொழியில் சொல்வார்கள். பொருள் இருக்கவேண்டும்; அதை அநுபவிக்காமல் மனத்தை அடக்கவேண்டும். உடல் வலிவுடைய கட்டிளம் காளையாக இருக்கவேண்டும்; பிரம்மசரிய ஒழுக்கத்தை மீறாமல் மனத்தை அடக்கி, இந்திரியங்களை அடக்கி வாழவேண்டும். இதுதான் உண்மையான அடக்கம்; ஒடுக்கம். இது உள்ளத் துறவினால் வருவது.

"அறந்தான் இயற்றும் அவனிலுங் கோடி
அதிகம் இல்லம்
துறந்தான்; அவனிற் சதகோடி உள்ளத்
துறவுடையோன்"

'இல்லறத்தில் இருந்து பலவிதமான தர்மங்களைச் செய்கிற வனைவிட இல்லம் துறந்தவன் ஒரு கோடி உயர்வானவன். அதைவிட நூறு கோடி அதிகமானவன் உள்ளத் துறவு 'உடையோன்' என்கிறார் பட்டினத்தடிகள். உள்ளத் துறவு,

செயலும் அநுபவமும் மெல்ல மெல்லக் குறையும்போது தான் உண்டாகும்.

உடம்பிலிருந்து உள்ளம் என்பதையே தனியாக அறுத்து விட முடியாதா? விறகில் தீப் பற்றிக்கொண்டு கொழுந்து விட்டெரிகிறது. விறகிலிருந்து தீச்சுடரைத் தனியாகப் பிரிக்க முடியுமா? அப்படியே உடம்பினுள் இருக்கிற மனத்தைப் பிரிக்க முடியாது. வாசனா பலத்தினாலே நிலை பெறுவது மனம். செயலால் உண்டாகிற வாசனையைச் சார்ந்து மனம் நிற்கும். வினைகளை அறுத்தால் வாசனை மடியும். வாசனை மடிந்தால் மனம் மடியும். செயலும் அநுபவமும் குறையும்போது யான், எனது என்னும் செருக்கு, மாயும்.

ஆங்காரமும் அடங்கார் ஒடுங்கார்.

பரமானந்தத்தே தேங்குதல்

ஆங்காரம் அடங்குதல் ஐந்து கர்மேந்திரியங்களின் செயல் குறைவதனால் உண்டாகும். ஒடுங்குதல்- ஐந்து ஞானேந்திரியங்களின் நுகர்ச்சி மெல்ல மெல்லக் குறைதல். செயல் குறைந்தால்தான் அநுபவம் குறையும். நான், எனது என எண்ணிச் செயல்படுகிற மனிதன், "ஆண்டவன், ஆண்டவனது" என்று! எண்ணினால் அந்த எண்ணம் குறையும். எல்லாம் ஆண்டவன் செய்கிறான் என்கிற நினைப்பினாலே தன் செயல் இழந்து, எல்லாப் பொருளும் ஆண்டவனுடையவை என்கிற நினைப்பினாலே தன் நுகர்ச்சியும் குறைந்து போகும். இதன் பயன் என்ன? பரமானந்தத்தே தேங்கலாம். ஆங்காரம் அடங்காதவர்கள், ஒடுங்காதவர்கள்,

பரமானந்தத்தே தேங்கார்.

பள்ளம் கண்ட இடத்தை நோக்கி நீர் ஓடுவதுபோல இன்பம் கண்ட இடத்தை நோக்கி நம்முடைய இந்திரியங்கள் எல்லாம் ஓடிவிடுகின்றன; இன்பம் எங்கே கிடைக்கும் எனத் தேடுகின்றன.

கொஞ்சம் சுகமாகத் தூங்கவேண்டும் என்றால் ஓடுகிற வண்டியில் ஏறிப் படுத்தால் தூங்க முடியுமா? ரெயில்வே நிலையத்தில் வேலை செய்கிற ஊழியர்கள் நன்றாகத் தூங்க வேண்டுமென்றால் ரெயில் வண்டியில்தான் படுத்துக் கொள்வார்கள். ஓடும் வண்டியில் படுக்கமாட்டார்கள். கவர்னர், உயர்தர அதிகாரி இவர்களுக்குத் தனியாக எங்கோ மூலையில் கிடக்கும் வண்டியில் ஏறிப் படுத்துக் கொள்வார்கள். அவர்களைப் போல நமக்கும் ஓடாத வண்டியில் ஏறிப் படுத்துக் கொண்டு தூங்கத் தெரியவில்லை. ஓடுகிற வண்டியிலேயே தூங்கப் பார்க்கிறோம்.

உடம்பாகிய வண்டி ஓடிக்கொண்டே இருக்கிறது. மனம், வாக்கு, காயம் எல்லாம் ஓடிக் கொண்டே இருக்கும் போது தூங்க முடியுமா? உலகத்தில் நாம் தூங்குகிற தூக்கம் தூக்கமே அல்ல. கருவி கரணங்கள் எல்லாம் ஓடி ஓடிக் களைப்படைந்து தளர்ந்து போய் இளைப்பாறுவதை நாம் தூக்கம் என்கிறோம். கொஞ்சம் இளைப்புத் தணிந்தவுடன் மறுபடியும் அவை ஓட ஆரம்பித்து விடுகின்றன. கருவி கரணங்கள் களைப்படையாமல் பலத்தோடு இருக்கும் போதே மனத்தை அடக்கி, வாக்கை அடக்கி, செயலை அடக்கி அவற்றின் ஓட்டத்தைத் தடுத்து நிறுத்தித் தூங்கு கிற தூக்கந்தான் உண்மையிலேயே இன்பமான தூக்கம். நாம் தூங்குகிற தூக்கத்தில் கருவி கரணங்கள் ஓய்ந்து போய் நிற்கின்றன. ஞானிகள் தூங்குகிற தூக்கத்தில் கருவி கரணங்கள் ஒழிந்து போய் நிற்கின்றன.

தூக்கம் என்பதே இன்ப அநுபவத்திற்குப் பின்தான் ஏற்படும். சிற்றின்பம் அநுபவித்த பின் அயர்ந்த தூக்கம் விளைகிறது. நல்ல விருந்து சாப்பிடுகிறான். உடனே அப்பாடி என்று படுத்துக் கொண்டு குறட்டைவிட ஆரம்பித்து விடுகிறான். அது நாக்கினால் விளைந்த இன்பம். சங்கீதம் கேட்கும் போதுதான் ஆனந்தம் என்று நினைக்கிறோம். உயர்ந்த சங்கீதமானால் கேட்கிற போது ஆனந்தம் விளைவது மாத்திரம் அல்ல; கேட்டு விட்டு வீட்டிற்கு வந்தால் சாப்பிடக்கூடப் போகாமல் உட்கார்ந்து கொண்டு கேட்டு

வந்த இன்னிசையை மனத்தாலே எண்ணித் தூங்கத் தோன்றும்.

குற்றாலத்து அருவி மலையிலிருந்து பளார் பளார் என்று அலைமோதிக் கொண்டு வேகமாகக் கீழே விழுகிறது. அப்படி அடித்துக் கொண்டு வேகமாக வருகிற அருவி சம பூமிக்கு வந்தவுடனே மெல்ல ஓடுகிறது. வாய்க்கால்களிலே பாய்ந்து பாய்ந்து அதன் வேகம் மிகவும் குறைந்து போகிறது. கடைசியில் சமுத்திரத்தோடு கலந்தவுடனே தேக்கமாகி விடுகிறது. அப்படி மிக வேகமாகச் சுற்றிச் சுழன்று கொண்டு போகிற நம்முடைய பொறிகள் எல்லாம் மெல்ல மெல்ல வேகம் தணிந்து, ஓட்டம் குறைந்து, இறைவன் திருவருட் சமுத்திரத்திலே, பேரானந்த சாகரத்திலே, கலந்து விடும்போது தேக்கம் உண்டாகிறது.

"பத்தித் திருமுகம் ஆறுடன் பன்னிரு
தோள்களுமாய்த்
தித்தித் திருக்கும் அமுதுகண் டேன்செயல்
மாண்டடங்கப்
புத்திக் கமலத் துருகிப் பெருகிப் புவனமெற்றித்
தத்திக் கரைபுர ளும்பர மானந்த சாகரத்தே"

என்று அருணகிரியார் முன்பு பாடியுள்ளார். அந்தப் பரமானந்த சாகரத்தில் கலந்துவிட்டால் ஓட்டம் அடங்கி விடும்; தேக்கம் உண்டாகும். அடித்துச் சுருட்டிக் கொண்டு வருகிற நதி தேங்கிக் கிடக்கிற கடலோடு கலந்து விட்டால் தானும் தேங்கி விடுவதுபோல, ஆங்காரம் அடங்கி, ஒடுங்கி ஐம்புலன்களைச் சுட்டறுத்துப் பரமானந்த சாகரத்தே கலந்துவிட்டால் தேக்கம் உண்டாகும்.

நினைப்பும் மறப்பும் அறுதல்

தேக்கமாவது செயலும், அநுபவங்களும் அற்று நின்று, இன்பத்தின் உறைப்பாய் நிற்கிற நிலை. அதற்கு அப்புறம் என்ன? நினைப்பு இல்லை, மறப்பு இல்லை. இப்படி

ஆங்காரம் அடங்கி, ஒடுங்கிப் பரமானந்தத்தே தேங்காதவர்கள்,

நினைப்பும் மறப்பும் அறார்

என்கிறார் அருணகிரியார்.

நாம் ஆழ்ந்து தூங்குகிறோம். தூக்கத்திலே தட்டி எழுப்பினால் எழுந்திருக்கும் போதே, "நாம் இன்னார்" என்ற அப்படியின்றி எழுந் நினைவுடனே எழுந்திருக்கிறோம். திருந்து, "நான் யார்? எங்கே இருக்கிறேன்? நீங்கள் எனக்கு என்ன வேண்டும்?" என்று யாராவது கேட்பதுண்டா? எவ்வளவு நன்றாகத் தூங்கினாலும் எழுந்தவுடனேயே, “நான் இந்த இடத்தில் இருக்கிறேன்; நான் இன்னார்" என்ற நினைவுடனே எழுந்திருப்போம்.

இந்த வாரம் ஒரு தொடர் கதையைப் படிக்கிறோம். அடுத்த வாரம் தொடர் கதையை எடுத்தவுடன் ஒரு வார இடையீட்டினால் எப்படிப் பழைய கதையை நாம் மறக்காமல் மேலே படிக்கிறோமோ அப்படித்தான், தூங்கும் போது நான் இன்னான் என்ற நினைவு இல்லாமல் அயர்ந்து தூங்கினாலும் எழுந்திருக்கும்போதே அந்த நினைவுடன் எழுந்திருக்கிறோம். இது இருட்டுத் தூக்கம். தூங்கும்போது மறக்கிறோம்; விழிக்கும்போது நினைக்கிறோம். இந்தத் தூக்கத்தைக் கேவலாவஸ்தை என்றும், இந்த விழிப்பைச் சகலாவஸ்தை என்றும் சொல்வார்கள். ஞானிகளோ கருவி கரணங்கள் தளர்ந்து போகாமல் சுறுசுறுப்பாக இருந்தாலும் அவற்றைத் தாமாகவே செயலற்றுப் போகும்படி செய்து தூங்குவார்கள். அப்போது விழிப்பும் இராது; தூக்கமும் இராது. அதுவே ஞானத் தூக்கம்.

நினைத்தேன் என்று சொன்னால் முன்பு மறந்திருந்தேன் என்பது சொல்லாமலே புலனாகிறது. மறத்தலும், நினைத்தலும் இல்லாத நிலை ஒன்று உண்டு. நாம் உலகில் வாழும் போது நம்மை மறக்கிறது இல்லை. நன்றாக மறந்து தூங்கினாலும்கூட, நம்மையும் அறியாமல், மனம், புத்தி,

சித்தம், அகங்காரம் என்று செயல்படுகிற மனத்தின் நான்கு பகுதிகளில் அகங்காரத்தின் விளைவாக நான் என்ற நினைவு எப் போதும் அந்தக்கரணத்தில் இருக்கிறது. அதையும் மறந்து விடுகிற ஒரு நிலைதான் இறைவனிடத்தில் ஒன்றுகின்ற சமாதி நிலை என்பர் பெரியோர். உலகத்து இருள் அகற்றி எம்பெருமானின் ஞான ஒளியோடு கலக்கிற நிலை அது.

உலகத்து ஒளி எல்லாம் நிழல் தருகிற ஒளி. விளக்கின் ஒளிக்கும் சூரியனின் ஒளிக்கும் வேறுபாடு உண்டு. விளக்குப் பிற இடத்திலே ஒளியைக் கொடுக்கிறது; தன்னிடத்திலே தன் நிழலையே பெரிதாகக் காட்டுகிறது. சூரியன் தன்னுடைய நிழலைக் கொடுக்காமல் எங்கே பார்த்தாலும் ஒளியைப் பரப்புகிறான். அவன் ஒளியிலும் நிழல் விழுகிறதே என்றால் அவன் ஒளிக்கு முன்னால் இருக்கும் கட்டிடங்கள், மரங்கள் முதலியவற்றின் நிழல்களே விழுகின்றன. ஒளிக்கு முன்னால் ஒளியைத் தடைப்படுத்துகிற பொருள் இருந்தால் நிச்சயம் நிழலும் இருக்கும்.

ஆண்டவன் அருள் ஒளிக்கு முன்னால் நான் எனது என்கிற அகங்கார மமகாரம் இருப்பதனால் மயக்கம் ஆகிய நிழல் பற்றுகிறது; நிழல் இருள் இரண்டும் இனந்தானே? பொருள் இல்லாவிட்டால் ஒளிக்கு முன்னால் நிழல் இல்லை. நிழல் விழச் செய்யும் பொருளாகிய நான் எனது என்கிற பற்று ஒழிந்து, ஜீவபோதம் போய்விட்டால், பரமானந் தத்தே தேங்கி, இரவும் பகலும் இல்லா நிலையில், நிழல் இல்லாப் பேரொளியில், நினைப்பும் மறப்பும் அற்றுத் தூங்கலாம்.

'இந்த நிலையை ஒருவரும் அடையவில்லையே! இறைவன் திருவருளினால் காலஜயம் பண்ணவேண்டுமென்று கருதி அகங்கார மமகாரத்தை ஒழிக்கவில்லையே! கர்மேந்திரியங் களின் செயல் அடங்கி, ஞானேந்திரியங்களின் அநுபவம் ஒடுங்கவில்லையே! ஆங்காரம் அடங்கி ஒடுங்கினால் பரமானந் தத்தே தேங்கலாம்; அப்படித் தேங்கவும் இல்லையே! நினைப்பு மறப்பு அறவும் இல்லையே! இப்படி இருக்கிறார்களே!' என்று ஏங்குகிறார் அருணகிரியார்.

ஆங்காரமும் அடங்கார் ஒடுங்கார் பரமானந்தத்தே தேங்கார் நினைப்பும் மறப்பும் அறார்.

இந்நிலை எல்லாராலும் எய்துதற்கு ஒண்ணாதது. இருந் தாலும் இதுவே நம்முடைய லட்சியமாக இருக்க வேண்டும். இந்த லட்சியத்தை எய்துவதற்குரிய வழி ஒன்று வேண்டும் அல்லவா? "நான் முன்னே சொன்ன அத்தனையும் இந்த ஒரு வழியைப் பின்பற்றினால் போதும்; தானே வந்துவிடும்" என்று சொல்கிற அளவு மிகக் குறைந்ததான நிலையை, எல்லோரும் பின்பற்றி உய்வுபெறும் வழியை, அருணகிரியார் இப்போது சொல்கிறார்.

ஓங்காரத்து உள்ளொளிக்குள்ளே முருகன் உருவம் உண்டு.
தூங்கார், தொழும்பு செய்யார்.
ஓங்காரத்து ஒளி

ஓங்காரத்து உள்ளொளிக்குள்ளே முருகன் உருவம் கண்டு தூங்குவது உயர்ந்த அநுபவம். தியானத்தில் ஈடுபட்டுச் சமாதி நிலை எய்த விரும்புகிறவர்களுக்கு மிகச் சிறந்த வழியாகும்.

நாம் கோயிலுக்குப் போகிறோம். எத்தனை பெரிய கோயில் ஆனாலும், பிராகாரத்தால் பெரியதாக இருக்குமே தவிரக் கடைசியில் மூல விக்கிரகம் இருக்கும் கர்ப்பக்கிருகம் சிறியதாகத்தான் இருக்கும். "அந்தக் காலத்தில் விஷயம் ஒன்றும் தெரியாமல் மூல மூர்த்தியை ஒரே இருட்டு அடைந்த குகை போன்ற இடத்தில், காற்று வெளிச்சம் எதுவும் இல்லாத இடத்தில் வைத்திருக்கிறார்கள். எல்லாவற்றையும் இடித்துவிட்டு நல்ல வெளிச்சம் உள்ள இடத்தில் வைக்கக்கூடாதா?" என்று சிலர் நினைக்கிறார்கள். வேண்டு மென்றேதான் நம்முடைய முன்னோர்கள் இருதயம் போன்று சன்னல் இல்லாத ஓர் இடத்தில் ஆண்டவனை வைத்தார்கள். கோயிலுக்குப் போய்க் கர்ப்பக்கிருகத்தில் இருக்கும் ஆண்டவனை ஒருகணம் பார்த்தால் இருட்டில் தெரியாது. அப்புறம் மெல்லக் குனிந்து, கண்ணைக் கூர்ந்து

பார்த்தால்தான் தெரியும். குருக்கள் தீபாராதனை காட்டும்போது மிக்க பிரகாசமாக, விளக்கமாகத் தெரியும்.

அவர்கள் தீபாராதனை காட்டும்போது தீபத்தால் ஓங்கார எழுத்தை எழுதுவது போல, ஓம் என்கிற சுழிப்பாகக் கையைச் சுற்றிக் காட்டுவார்கள். இந்த ஓங்கார ஒளி வட்டத்திற்குள் நாம் இறைவனது உருவத்தைக் காண வேண்டும். அப்படிப் பார்க்கும் போதே அதை நாம் அடுத் தடுத்துப் பார்க்கக்கூடிய தியானப் பொருளாக வைக்க வேண்டும். ஓங்கார ஒளி வட்டத்திற்குள் நாம் காணுகின்ற சொரூபத்தை மனத்திலும் வைத்துப் பார்க்க வேண்டும்.

ஓம் என்ற மந்திரம் ஒலி உடையது என்று உணர்ந்திருக் கிறோம். தியான யோகத்தில் ஈடுபட்டவர்களுக்கு அதுவே ஒளியாகவும் தோன்றும். ஒலி, ஒளி இரண்டும் கலந்த ஒன்று தான் பிரணவ மந்திரம்.

புறத்தே ஒலியே இல்லாத மௌனம் ஒருவகை. புற ஒலி இருக்கையில் மௌனம் நிலவுவது ஒருவகை. ஒலியில்லாத மௌனத்தைப் பயிலுதல் நம்மால் இயலாது. ஒலி இல்லாத மௌனத் தியானத்தில் ஈடுபடும் போது புறத்திலிருந்து சிறிய ஒலி வந்தாலும் தியானம் கலைந்துவிடும். புறச் சத்தம் காதில் விழுந்து தியானம் கலையாதவாறு நாமே ஓங்கார சத்தத்தை உள்ளே எழுப்பிக் கொண்டிருந்தால் அந்த ஒலி இதில் கலந்து அழிந்துவிடும்.

இதற்காகவே ஆராதனைக் காலங்களில் நம்முடைய தேவாலயங்களில் அழகான ஒரு பழக்கத்தை ஏற்படுத்தி யிருக்கிறார்கள், கிறிஸ்துவர்களைப் போல நம்முடைய கோயில்களிலும் மௌனமாக எல்லோரும் நின்று வழிபடுவது சிறந்தது தான். என்றாலும் எல்லோரும் ஒரே சமயத்தில் ஒரேவிதமான பாட்டைத்தான் சொல்லி வழிபட வேண்டும் என்கிற பழக்கம் நம் நாட்டில் இல்லை. ஒருவர் திருப்புகழ் சொல்வார். மற்றொருவர் அநுபூதி சொல்வார். கந்தர் அலங்காரத்தை மனம் உருகிப் பாடி நிற்பாரும் உண்டு.

இவற்றில் ஒன்றுமே சொல்லாமல், "ஆண்டவனே, எனக்கு உன்னுடைய அருளைத் தர மாட்டாயா? அல்லல்பட்டு அவதி யுற்று எத்தனை காலம் இவ்வுலகில் துன்புறுவேன் அப்பா!" என்று மனம் நைந்து இறைஞ்சுபவர்களும் இருப்பார்கள். இத்தனை குரல்களும் எழுந்தால் கோயில் எப்படி இருக்கும்? இந்த எல்லாச் சத்தமும் தீபாராதனை சமயத்தில் கேட்காமல் இருக்க வேண்டுமென்றால் இவற்றையெல்லாம் தன்னுள் அடக்கிக் கொண்டுவிடுகிற வேறு ஒரு பெரிய இசைநாத வெள்ளம் ஓடவேண்டும். இதற்காகத்தான் நாகஸ்வரம் என்னும் அருமையான ஊதுகுழலைக் கண்டுபிடித்தார்கள் நம் நாட்டவர்கள். நாகஸ்வர வாத்திய இன்னிசை எல்லா ஒலிகளையும் தன்னுள் அடக்கிக்கொண்டு எழும்பும்போது நாம் அதன் சுருதியோடு கலந்து லயித்து விடுகிறோம்.

ஓங்கார தியானம் சுலபமாகச் சித்திப்பதற்காக நாதத்தைச் சுருதியோடு உள்ளே எழுப்பிக்கொண்டு லயித்தால் புற ஒலி நம் அளவில் அடங்கும். புறச்சத்தம் எதுவும் காதில் விழாதவாறு காது குப்பென்று அடைக்கிற மாதிரி இருக்கும் என்று ஒருவகை அநுபவத்தைச் சிலர் சொல்வார்கள்.

முதலில் நாம் கண்ணை மூடிக்கொண்டால் ஒரே இருளாகத்தான் இருக்கும். ஆண்டவன் திருக்கரத்திலுள்ள வேலை மெள்ளக் நன்றாகப் பார்க்கவேண்டும். பார்த்த வேலை கண்ணை மூடிக்கொண்டு மனத் திரையில் வைத்துப் பார்க்க வேண்டும். கொஞ்சம் வேல் நிற்கும். அப்புறம் அதே வேல் ஜோதிமயமாக நிற்கும். இப்படியே, நாதவடிவாகிய ஓங்காரம் ஒளி எழுத்து வடிவமாக, பிறகு ஜோதிமயமாக இருக்கும். நம்முடைய குருநாதர் அருணகிரியார் அப்படிச் சொல்கிறார்.

ஓம் என்பது எல்லா மந்திரங்களுக்கும் மூலமானது. எல்லா மந்திரங்களும் முடிந்த இடம் அது. உலகத்திற்கு மூலமாக இருப்பது கடல். கடல் நீர் மேகமாகி, மழையாகி, ஆறுகளாகிப் பூமியை வளப்படுத்துகின்றது. கடைசியில்

அந்நீர் கடலில் வந்து விழுகின்றது. கடல் மூலமாகவும்,. முடிந்த முடிவாகவும் இருக்கிறது. அதுபோன்றது ஓம்.

எல்லாமே ஒரு லயத்தோடு சேர்ந்து வேகமாகச் சுற்றும் போது ஒரு திரட்சியை அடைகிறது. பஞ்சாய்ப் பறக்கிறான் என்று சொல்கிறோம். சிறிய பொருள் பஞ்சு. அது சர்க்காவின் வேகத்திற்கு உட்படும்போது, முறுக்கு ஏறி உருண்டு திரட்சி பெற்று நூலாகிறது. பஞ்சு படாத பாடுபடும் தன்மை உடையது மனம். ஓம் என்ற பிரணவ மந்திரத்தைக் கருவியாகக் கொண்டு வேகமாக ஒரு லயத்தோடு *(Rhythm)* சேர்ந்து ஜபிக்க ஜபிக்க மனத்திலே அந்த ஓம் என்கிற ஒலியே திரட்சி பெற்று உருவம் எடுத்து ஜோதிமயமாக ஆகி விடும்.

எல்லா மந்திரங்களையும் தன்னுள் அடக்கிக்கொண்டு விளங்கும் பிரணவ மந்திரத்தை முதலில் வாய்விட்டு ஜபிக்கப் பழகவேண்டும். இரண்டாவது நிலையில் நாக்கு அசைவு மாத்திரம் இருக்கும்; ஒலி வெளிப்படாது. மூன்றாவது நாக்குக்கூட அசையாது; சுவாசம் போல உள்ளத்திற்குள் ஒலி நிற்கும். அதனுடன் கருவிகரணங்கள் எல்லாம் லயிக்க வேண்டும். அப்போது ஓம் என்பதன் உருவம் மனக் கண்ணில் ஒளிமயமாகப் பிரகாசிக்கும். அதற்குள் முருகன் உருவத்தை நிலைநிறுத்திக் காண முடிந்தால் அதற்குப்பின் தான் அநுபவம் தொடங்குகிறது. ஓங்காரத்தின் ஒளிக் குள்ளேயே முருகன் உருவம் கண்டு அப்படியே தூங்கலாம்.

"ஆங்கார மும்மடக்கி ஐம்புலனைச்
சுட்டறுத்துத்
தூங்காமல் தூங்கிச் சுகம்பெறுவ தெக்காலம்"

என்று பத்திரகிரியார் பாடுகிறார்.

நம்மைப் பார்த்து ஒருவன் முட்டாள் என்றால், "நீ தான் முட்டாள். உங்கள் அப்பாதான் முட்டாள்" என்று அவனை வாயினால் வைது கொண்டே கையை நீட்டி அடிக்கக் கூடப் போகிறோம். நன்றாகத் தூங்குகிறோம். அப்போது நம்

பக்கத்தில் ஒருவன் நின்று, "இவன் முட்டாள்'' என்று திட்டுகிறான். நாம் எழுந்து அவனை அடிக்கப் போவதில்லை.

காரணம்: உறுப்புகள் எல்லாம் இருந்தாலும் தூங்குகிறோம். அப்போது பொறிகள் உணராமல் இருக்கின்றன. மனமும் இயங்காமல் போகிறது. விழித்துக் கொண்டிருக்கும் போது. இப்படி நம்மால் இருக்க முடிகிறதா? விழித்துக் கொண்டிருக்கும் போதும் இந்நிலை வரவேண்டுமானால் யான் எனது என் னும் அகந்தையை ஒழித்து, ஐம்புலன்களையும் சுட்டறுத்து, ஓங்கார ஒளிக்குள்ளே முருகன் உருவம் கண்டு சமைந்து போனால் இருக்கலாம். அதுவே தூங்காத தூக்கம்.

இதுபோன்ற ஒரு நிலை நமக்குச் சில சமயங்களில், அதுவும் கணநேரம் வருவது உண்டு. மிகுந்த துக்கத்தோடு உட்கார்ந்திருக்கிறோம். அப்போது வீட்டிற்குள் என்ன நடந்தாலும் கவலைப்படுவதில்லை. கதவைத் திறந்து கொண்டு தோட்டத்திற்குள் மாடு புகுந்துவிட்டது என்றாலும் விரட்டுவதில்லை. மிகுதியான இன்பம் வரும்போதும் இப்படித்தான் எல்லாவற்றையும் மறக்கிற நிலை வரும். எல்லாவற்றையும் மறந்து தூங்குகிற தூக்கம் சுகமாகத் தூங்குகிற தூக்கம். ஆனால் சுகமாகத் தூங்கினேன் என்று சொல்கிறானே, அப்போது அந்தத் தூக்கத்தை அநுபவித்துச் சொல்வது எது? மனம் அன்று. கைகால்கள் எதுவும் அப்போது வேலை செய்யவில்லை. கண்கள் மூடி இருந்தமையால் எதையும் பார்க்கவில்லை. நாக்குச் சுவை உணரவில்லை. காதும் செயல்படவில்லை. இருந்தும், சுகமாகத் தூங்கினேன் என்றால் சுகத்தை நுகர்ந்தது யார்? அதுதான். 'நான்'

வாழ்க்கை இந்திரியங்களுடைய அநுபவம்: சொப்பனம் மனத்தின் அநுபவம். கனவில்லாத சுஷுப்தி ஆத்மாவின் அநுபவம். பொறிபுலன்கள் எல்லாம் தொழில்படும் போதே நாம் எதையும் மறந்து தூங்கினால் எவ்வளவு சுகமாக இருக்கும்!

தன்னை மறத்தல்

தம்மை மறந்த நிலை வேண்டுமென்றுதான் சிலபேர் உயர்ந்த சாராய வகைகளைச் சாப்பிடுகிறார்கள். சாராயம் குடித்த அவர்கள் தம்மை மறக்கிறார்கள். தம்மை மறந்தாலும் அவர்களுடைய பொறி புலன்கள் எல்லாம் வேலை செய்கின்றன. உடம்பு கட்டை மாதிரி கிடக்கவில்லை, அப்போது அவர்களுக்கு இருக்கிற சுகம் எவ்வளவு தெரியுமா? அதற்காகத்தானே திரும்பக் குடிக்கிறார்கள்? நமக்கு அப்படிச் சுகம் வரவேண்டாம். சாராயம் குடித்தவன் அடைகிற இன்பம் மறுபடியும் புத்தி தெளியும்போது இருப்பதில்லை.தெளிந்த நிலையில் அவனுக்குத் துன்பம் விளைகிறது. அவன் இருட்டில் இருக்கிறவன். ஜீவன் முக்தர்களும் ஒரு வகையில் அவனைப் போன்றே இன்பநிலை எய்துகிறார்கள் என்றாலும் அவர்கள் ஒளியில் சுகம் அனுபவிப்பவர்கள்.

தூங்குதல்

முருகன் உருவம் கண்டு தூங்கும் தூக்கம் நாம் தூங்கும் தூக்கம் போன்றது அல்ல; நாம் விழித்திருக்கும் விழிப்பும் அல்ல. அந்த நிலையில் இருப்பவர்களின் பொறிபுலன்கள் எல்லாம் செயல்படுவன போன்று தோன்றினாலும் அது தூக்கந்தான். நான் என்பது இல்லாமையினால் அது தூக்கம் ஆகிறது.

இந்த நிலையை மக்கள் அடையவில்லையே என்று அருண கிரிநாதர் இரங்குகிறார். "ஆங்காரம் அடங்கி, ஒடுங்கி, பரமானந்தத்தே தேங்கி, நினைப்பும் மறப்பும் அற்றுப் போகலேண்டும். இந்தத் தலை நிலையை அடைவதற்கு ஆரம்ப நிலையாகிய ஓங்காரத்து உள்ளொளிக்குள்ளே முருகன் உருவம் கண்டு தூங்கக் கூடாதா?" என்கிறார்.

தினைப்போதளவு

ஓங்காரத்துள்ளொளிக்குள்ளே முருகன் உருவம் கண்டு ஒருநாள் முழுவதும் தூங்கவேண்டாம். ஒரு நாளைக்கு இருபத்து நான்கு மணி, ஒரு மணிக்கு அறுபது நொடிகள்.

என்றெல்லாம் பாகுபாடு பண்ணிக்கொண்டு செயல் செய்து வருகிற நாம், முருகன் உருவத்தைப் பிரணவ ஒளி வட்டத்திற்குள் கண்டு தியானம் செய்ய ஒரு தினைப்போதளவாவது முயற்சி செய்யக்கூடாதா என்கிறார்.

தினைப்போதளவும்
ஓங்காரத்து உள்ளொளிக்குள்ளே முருகன் உருவம்
கண்டு தூங்கார்.

கொஞ்ச நேரம் தியானம் செய்யக்கூடாதா என்று சொல்ல வருகிறார் அருணகிரியார். கொஞ்ச நேரத்தைக் குறிக்க, "தினைப் போதளவு" என்று சொல்கிறார். கடுகளவு காலம் என்று சொல்லியிருக்கலாம். எள்ளளவு நேரம் என்றும் கூறியிருக்கலாம்.

அவர் எப்போதும் முருகனையும் வள்ளியெம் பெருமாட்டியையும் நினைந்து வாழ்ந்து கொண்டிருந்தவர். வள்ளியெம் பெருமாட்டியிடத்தில் முருகன் காதல் கொண்டு அவளை ஆட்கொண்ட போது அவள் அவனுக்குத் தேனும் தினை மாவும் தந்தாள். வள்ளி தினையைக் கொடுத்து முருகனை அடைந்தாள். நாமும் தினைப்போதளவு காலத்தில் நெஞ்சைக் கொடுத்து அவன் திருவருளைப் பெற முடியாதா என்ற நினைப்பு அவருக்கு வருகிறது. பின்னே முடிவாக வரும் மிகமிக உயர்ந்த தூக்கத்தைச் சொல்கிறார். முன்னே சிறிய அளவு சொல்லவேண்டிய அவசியம் வந்தவுடன், அதுவும் இறைவன் சம்பந்தமான நினைப்பாக, தினையாக வந்து நிற்கிறது.

தினைப்போதளவும் ஓங்காரத்து
உள்ளொளிக்குள்ளே
முருகன் உருவம் கண்டு தூங்கார்.

தொழும்பு செய்தல்

இறைவன் திருவருளில் ஈடுபட்டு, தியானத்தில் புகுந்து ஓங்கார ஒளி வட்டத்திற்குள் முருகனது திருவுருவத்தைக்

கண்டு தூங்கினால் போதுமா? உலகத்திற்குத் தொழும்பு செய்ய வேண்டும்.

தொழும்பு செய்யார்.

தொழும்பாவது, தொண்டு. எம்பெருமான் திருவருளினால் பலவிதமான குண நலன்களைப் பெற்று அகங்கார மமகாரம் அற்றுப்போய்த் தொண்டு செய்கின்ற நெறி எளிதில் வராது. உல்கத்தில் உள்ள உயிர்களுக்குத் தொண்டு செய்பவன் இறைவனுக்குத் தொழும்பு செய்தவன் ஆகிறான்.

கால ஜயம்

அப்படி வந்துவிட்டால்,

**"தண்டாயுதமும் திரிசூலமும் விழத் தாக்கி உன்னைத்
திண்டாட வெட்டி விழவிடுவேன்"**

என்று அருணகிரியாரைப் போலச் சொல்லலாம். அவர் அவ்வாறு என்ன தைரியத்தில் சொல்கிறார் என்பதை முன்பே பார்த்தோம். காலனைப் பார்த்து,

**"செந்தில் வேலனுக்குத்
தொண்டாகிய என் அவிரோத ஞானச் சுடர்வடிவாள்
கண்டாயடா அந்தா வந்துபார் சற்றுஎன் கைக்கெட்டவே"**

என்று மார்தட்டி நின்றார். அப்படித் தொழும்பு அல்லது தொண்டு செய்ய வேண்டும் என்றால் அது எப்படி வரும்?

ஓங்காரத்து உள்ளொளிக்குள்ளே முருகன் உருவம் கண்டு தூங்கவேண்டும். அப்படித் தூங்கிச் சுகம் பெறுபவர்கள் இறைவனுக்கும், இறைவனுடைய குழந்தைகளாகிய ஆருயிர்களுக்கும் தொண்டு செய்வார்கள். தொழும்பு செய்வதால் தொண்டாகிய அவிரோத ஞானச் சுடர்வடிவாள் கிடைக்கும். அந்த வாளைப் பெற்று, "அந்தகா வந்துபார், என் கைக்கு எட்டவே" என்று அருணகிரியாரைப் போலக் கால ஜயம் உண்டாகும்படி பேசலாம். "அப்படிச் செய்யாதவர்கள்

யமதூதர்கள் வரும்போது என்ன செய்வார்கள்?" என்று கேட்கிறார் அருணகிரியார்.

என்செய்வார் யமதூதருக்கே?

அருணகிரியாருடைய இந்தப் பாட்டு நமக்கு மிகவும் முக்கியமான உபதேசமாகும். பாட்டு மிகச் சுருக்கமாக இருந்தாலும் பல வகையான பெருக்கத்திற்கும் இடமாக இருக்கிறது. சரியை, கிரியை, யோகம், ஞானம் என்ற பல படிகளில் உள்ள தத்துவங்களை உள்ளடக்கிக் கொண்டிருக்கிறது. ஆங்காரம் அடங்கி ஒடுங்கி, பரமானந்தத்தே தேங்கி, நினைப்பும் மறப்பும் அற்று, ஓங்காரத்து உள் ளொளிக்குள்ளே முருகன் உருவம் கண்டு தூங்கி, தொழும்பு செய்து காலனை ஐயம் பண்ணுவதற்கு நமக்கு வழிகாட்டி யாக இருக்கும் அருமையான பாட்டு.

ஆங்கா ரமும் அடங் கார்; ஒடுங்
கார்;பர மானந்தத்தே
தேங்கார்; நினைப்பும் மறப்பும்
அறார்; தினைப் போதளவும்
ஓங்காரத் துள்ளொளிக் குள்ளே
முருகன் உருவம்கண்டு
தூங்கார் தொழும்புசெய் யார்என்செய்
வார்யம தூதருக்கே?

[கோபம் அடங்கமாட்டார்; பொறிகளை அடக்கி ஒடுங்கமாட்டார்; பரமானந்தக் கடலில் செயல் இழந்து தேங்கி நில்லார்; சகல கேவல அவஸ்தைகளை நீங்கார்; தினையளவு போதாவது ஓங்காரமாகிய பிரண வத்தினுள் இருக்கும் ஒளிக்குள்ளே முருகன் உருவம் கண்டு தூங்கார்" தொண்டு செய்யார்; இத்தகையவர்கள் வாழ்நாள் இறுதியில் யமதூதர் வந்தால் அவர்களால் வரும் துன்பத்துக்கு மாற்றாக அப்போது என்ன செய்வார்கள்?

நினைப்பு - ஜாக்கிரமாகிய சகலாவஸ்தை. மறப்பு - தூக்கமாகிய கேவலாவஸ்தை. தொழும்பு-தொண்டு.

யமதூதருக்கு - யமதூதரால் வரும் துன்பத்துக்கு; ஆகுபெயர். பசிக்கு மருந்து என்பதுபோலத் துன்பத்தை நீக்க என் செய்வார் என்று பொருள்கொள்ள வேண்டும்.]

இது கந்தர் அலங்காரத்தின் ஐம்பத்தைந்தாம் திருப் பாடல்.

இருவகைக் கவிகள்

மனிதன் தான் வாழ்கிற பிரபஞ்சத்தைச் சில நயம் கருதி வெவ்வேறாகச் சொல்வது வழக்கம். தொழிலாளர் உலகம், அரசியல் உலகம், புலவர் உலகம் என்று வெவ்வேறு கூட்டத்தையே வெவ்வேறு உலகமாகப் பிரித்துச் சொல்வதைப் பார்க்கிறோம். பழங்காலத்திலும் அப்படித்தான் பிரித்தார்கள். அந்தப் பிரிவுக்குள் மிகவும் முக்கியமானவை இரண்டு. அவை சப்தப் பிரசஞ்சம், அர்த்தப் பிரபஞ்சம், என்பன. சப்தம் மாத்திரமாக இருக்கிற உலகம் ஒன்று. பொருளாக இருக்கிற, பண்டமாக இருக்கிற, உலகம் ஒன்று. இவற்றை ஒலி உலகம், பொருள் உலகம் என்று தமிழிலே சொல்லலாம்.

ஒலி உலகம்

காதாலே கேட்பது ஒலி. ஏனைய இந்திரியங்களினால் நுகர்வது பொருள். ஒலி உலகம் என்று சொல்கிற சப்தப் பிரபஞ்சம் நாதத்தின் கூறுபாடு. நாம் பேசுகிற பேச்சு ஒலி உருவாக வருகிறது. இந்த ஒலியானது பஞ்ச பூதங்களுள் ஒன்றான ஆகாசத்தின் சம்பந்தம் உடையது. ஒலியோடு சம்பந்தமுள்ள வெளியே - ஆகாசமே -பஞ்சபூதங்களில் முதலில் தோன்றியது; முதலில் தோன்றும் தத்துவம் நாதந்தான்.

வாயும் காதும்

மனிதனுடைய அவயவ அமைப்பில் பார்த்தாலும் வாய் சிறப்பாக அமைந்திருக்கிறது. வாய் மாத்திரம் இருந்தால் போதாது. வாயினால் சொல்வதைக் கேட்கக் காதும் வேண்டும். காதும், வாயும் சேர்ந்தால் தான் முழுப்பயனும்

உண்டாகும். முன்பு டெலிபோன் அமைப்பு ஒருவகையாக இருந்தது. அதாவது இரண்டு கருவிகள் இருக்கும்; ஒன்று பேசுவதற்கும், மற்றொன்று கேட்பதற்குமாக அமைந்திருந்தன, அதில் ஒன்று பழுதுபட்டாலும் மற்றொன்றினால் பயன் இராது. இப்போதோ ஒரே கருவியின் ஒரு தலைப்பில் பேசுகிறோம். மற்றொரு தலைப்பைக் காதில் வைத்துக் கொண்டு கேட்கிறோம். இதைப் பார்க்கும்போது எனக்கு மனிதனது வாயும், காதுமே நினைப்பு வருகின்றன. 'வாயுடையவன் பேசுகிறான். காது உடையவன் கேட்கிறான்' உடையவன் பேசும் போதே என்று இல்லாமல் வாய் அவனும் காது உடையவன் ஆதலால் எதிராளி பேசுவதைக் கேட்கவும் முடிகிறது. பேசவும் பேசுகிறான்; கேட்கவும் கேட்கிறான்.

பேசுவது அதிகம் வேண்டுமா? கேட்பது அதிகம் வேண்டுமா? ஆங்கிலத்தில் ஒரு பழமொழி சொல்வார்கள். பேச்சை வெள்ளி என்றும், மௌனத்தைத் தங்கம் என்றும் சொல்வர். *(Speech is silver and silence is golden)* வெள்ளி உயர்வா, தங்கம் உயர்வா என்று நான சொல்ல வேண்டும்? பேசுவதைவிடக் கேட்பது உயர்வுதான். இதை மற்றொரு வகையாலும் தெரிந்து கொள்ளலாம்.

பேசுகிற கருவியாகிய வாய் இறைவனுடைய படைப்பிலே ஒன்றுதான். கேட்பதற்குரிய கருவியாகிய காதோ இரண்டு உள்ளன. ஆகவே, "ஒரு பங்கு பேசு; இரண்டு பங்கு கேள்" என்று ஆண்டவனே இவ்வகை அமைப்பினால் தெரிவித்திருக்கிறான்.

எப்பொழுதும் கேட்பது அதிகமாகவும், பேசுவது குறைவாகவும் இருக்கவேண்டும். இதற்கு இறைவனுடைய படைப்பே அநுகூலமாக இருக்கிறது. நாம் எப்போது பார்த்தாலும் வாயைத் திறந்துகொண்டிருப்பது இல்லை. பேசும் போது ஒலிகளைச் சரியாக வெளிப்படுத்துவதற்குப் பயன்படு கிற உதடுகள், பேசாதபோது வாயை மூடிக் கொள்ளவும் பயன்படுகின்றன. அப்படியே கண்ணை மூடிக்கொள்ளக் கண்ணோடு ஒட்டியிருக்கும் இமைகள்

உதவுகின்றன. ஆனால் காதை மூடிக்கொள்ளக் காதுடன் இணைந்த உறுப்பு எதுவும் இல்லை. வேண்டுமென்றால் கையால் தான் மூடிக்கொள்ள வேண்டும். இல்லையானால் விமானப் பிரயாணத்தின்போது பஞ்சை வைத்துக் காதை அடைத்துக் கொள்ளுவதுபோல் எதையாவது வைத்து அடைத்துக் கொள்ளவேண்டும்.

பிறர் சொல்வதைக் கேட்டுக் கொண்டே இரு என்பது போல ஆண்டவன், கதவு வைக்காத திறந்த வாசலுடையனவாகக் காதுகளை வைத்திருக்கிறான். இந்தக் காதுகளை நன்றாகப் பயன்படுத்திக் கொள்வது நம்முடைய வேலை.

பேச வேண்டுமானால் கற்றுத் தெளிந்து பேச வேண்டும். யோசனை பண்ணிப் பேச வேண்டும். நல்ல பேச்சைப் பேச வேண்டும் என்று வரையறை இருப்பதுபோலக் கேட்பதற்கு இல்லையா? உண்டு. 'நல்லவற்றை விரும்பிக் காதால் கேட்க வேண்டும்; அப்படிக் கேட்டால் காலனை வென்றுவிடலாம்' என்ற உறுதியை அருணகிரியார் இந்தப் பாட்டில் நமக்கு உண்டாக்குகிறார்.

உயர்ந்தவருக்கு உபதேசம்

சென்ற பாட்டில்தான் காலனை வெல்வதற்குரிய வழியை அழாக எடுத்துச் சொன்னார். 'ஆங்காரம் அடங்க வேண்டும்; ஒடுங்க வேண்டும்; பரமானந்தத்தே தேங்கவேண்டும். நினைப்பும் மறப்பும் அறவேண்டும்; தினைப்போதளவாவது-ஓங்காரத்து உள் ஒளிக்குள்ளே முருகன் உருவம் கண்டு தூங்க வேண்டும்; தொழும்பு செய்யவேண்டும்' என்று சொன்னார். அவர் சொன்ன அந்த விஷயங்களைக் கொள்ளலாம் என்றால் அவற்றுக்கும் நமக்கும் நெடுந்தூரம் என்று தோன்றுகிறது. அவற்றைப் பின்பற்றி உய்வுபெற வேண்டுமானால் பல பிறவி வேண்டியிருக்கும் போல மலைப்புத் தோன்றுகிறது. அப்படிப்பட்ட சாதனைகளைப் புரியும் ஆற்றல் உடையவர் களுக்கு, மனப்பக்குவம் உடையவர்களுக்கு, அந்தப் பாட்டு மிக உயர்ந்த வழிகாட்டியாக இருக்கலாம். ஆனால்

நம்முடைய நிலையில் இருப்பவர்கள்தாம் மிக அதிகமானவர்கள். படித்தவர்களை விடப் படிக்காதவர்கள் நம் நாட்டில் அதிகம் அல்லவா?

மற்றவர்களுக்கு உபதேசம்

பி.ஏ. படித்துத்தேர்ச்சிபெற்றவன் ஒருவனைப் பார்த்து. "மாநிலக் கல்லூரியில் எம். ஏ. வகுப்பில் சேர்ந்து விடப்பா" என்று சொல்கிறோம். வேறு ஒருவன் பள்ளிக் கூடம் போகாமலேயே இருக்கிறான். "அப்பா, சும்மா இராதே. ஆரம்பப் பாடசாலையிலாவது போய்ச் சேர்" என்று சொல்கிறோம். இருவரையும் படி என்று தான் சொல்கிறோம். இரண்டும் வேறு வேறாகத் தொடர்பு இல்லாதனவாகத் தோன்றுகின்றன. ஆரம்பப் பாடசாலையில் சேர்ந்து படிப்பவன் தொடர்ந்து படித்தால் மாநிலக் கல்லூரியில் சேர்ந்து படிக்கும் தகுதியை அடைவான். பி.ஏ.யில் தேர்ச்சி பெற்றவன் ஆரம்பப் பாடசாலையில் படிக்காமலா அந்த நிலைக்கு வந்துவிட்டான்?

உத்தியோகம் பெற வேண்டுமென்றால் என்ன செய்வது? பள்ளிக்குப் போய்ப் படித்துத் தேர்ச்சிபெற வேண்டும். அப்படி நாளைக்கு யமன் வந்தால் என்ன செய்வது? ஆங்காரம் அடங்கி,ஒடுங்கத் தெரியவேண்டும். ஓங்காரத்துள்ளொளிக் குள்ளே முருகன் உருவம் கண்டு தூங்கத் தெரிய வேண்டும். தொழும்பு செய்யத் தெரியவேண்டும்.

இவற்றில் ஒன்றும் நமக்குத் தெரியாது. யமனை வென்று விட வேண்டுமென்ற ஆசை மட்டும் இருக்கிறது. மேலே சொன்னவற்றையெல்லாம் வரிசையாகச் சாதகம் செய்யலாமே என்றால், அவற்றைக் கேட்கும்போதே பயமாக இருக்கிறது. அப்படிப் பயப்படும் நமக்குத் தைரியம் அளிப்பாரைப் போன்று, "யமனை வெல்வதற்கு மற்றொரு வழி சொல்கிறேன். இது மிகவும் எளிதான வழி. நீ பெரிய யோகம் எதுவும் பண்ணவேண்டாம். இந்திரிய நிக்கிரகம் பண்ணி யோகம் பண்ணுகிறவர்கள் எல்லாரும் கடைசியில்

அடைகிற இன்பம், சமாதி நிலைதான். உனக்கு அந்த இன்பத்தை அடைவதற்குரிய மற்றொரு வழியைச் சொல்லித் தருகிறேன்" என்று மார்க்கதரிசியாகிய கருணாமூர்த்தி அருணகிரியார் இந்தப் பாட்டை அருளுகிறார்.

செய்யத் தக்கதும் செய்யத் தகாததும்
கிழியும்படி அடல் குன்று எறிந்தோன் கவி கேட்டு
உருகி
இழியும் கவி கற்றிடாது இருப்பீர்!

'இன்னதைச் செய்யுங்கள்; இன்னதைச் செய்யாதீர்கள்' என்று வழி சொல்கிறார். எதைச் செய்ய வேண்டும்? அழகான கவியைக் கேட்கவேண்டும். எதைச் செய்யக் கூடாது? அல்லாத கவியை, இழியும் கவியைக் கேட்கக் கூடாது; கற்கக்கூடாது. இப்படிச் செய்தால் பயன் என்ன? யம பயம் ஏற்படாது.

தேர்தலில் எத்தனை பேர்களைப் பார்த்தோம்! "ஐயா, காதுப் பெட்டியில் வோட்டுப் போடுங்கள். கண்ட பெட்டியில் போடாதீர்கள். உங்கள் நண்பர்களுக்கும் சொல்லுங்கள்" என்று நம்மிடம் வந்து வோட்டுக் கேட்கிறார்கள். "கடன் வாங்கிச் செலவு பண்ணிவிடப் போகிறான் ஐயா. நாளைக்குக் கடன்காரன் வழக்குப் போடுவானே! வாரண்டு கொண்டு வந்து நீட்டுவானே! ஜப்திக்கு அமீனா வந்துவிடுவானே! இவற்றை எல்லாம் மறந்து கடன் வாங்கிக் கொண்டிருக்கிற அவனிடம் இப்படியெல்லாம் வரும் என்று சொல்லக் கூடாதா?" என்று சிலர் சொல்கிறார்கள். இந்த மாதிரியாக அருணகிரியார் இப்போது பேசுகிறார்.

"நாளைக்கு யமதூதன் வந்துவிடுவானே! அவன் நம்மை இழுத்துக் கொண்டு போகிற வழியும், கொண்டு போய்த் தள்ளுகிற குழியும் சொல்ல முடியாத துன்பத்தை அளிக்குமே! எரி வாய் நரகக் குழியும் கூற்றுவன் ஊர்க்குச் செல்லும் வழியும் மிக்க துயரமாக இருக்குமே! இவற்றையெல்லாம் மறந்துவிட்ட உங்கள் நண்பர்களுக்கு இவற்றைக் கொஞ்சம்

எடுத்துச் செல்லுங்கள், சொல்லுங்கள்' என்று நம்மைப் பார்த்து முறையிட்டுக் கொள்கிறார்.

போன பாட்டிலே, "இவற்றையெல்லாம் செய்யார் என் செய்வார் யமதூதருக்கே?" என்று இரங்கி எதிர்மறை முகத்தால், "இவற்றையெல்லாம் செய்வார் யமதூதருக்கு அஞ்சார்" என்கிற உண்மையைப் புலப்படுத்தினார். இந்தப் பாட்டிலோ, "இறைவன் கவியைப் கேளுங்கள். அல்லாத கவியைக் கேளாதீர்கள். இதை மறந்தவர்களுக்கு நாளைக்கு வரப்போகிற யம பயம். நரக வாதனை இவற்றையெல்லாம் எடுத்துப் பகரீர், பகரீர்" என்று சொல்வதன் மூலம், "இழிந்த கவியைக் கற்றிடாமல், இறைவன் கவியைக் கேட் பவர்களுக்கு யம பயம் இல்லை; நரக வாதனை இல்லை" என்கிற உண்மையைப் பெற வைக்கிறார்.

மனோலயமும் மனோநாசமும்

"இறைவன் நாமத்தைக் கேட்பதனாலே, கவியைக் கேட்டு உருகுவதனாலே, எப்படி ஐயா யமனை வெல்ல முடியும்?" என்பது ஒரு கேள்வி. இறைவன் கவியைக் கேட்கும்போது காற்றைப் போலச் சுற்றிச் சுழன்று கொண்டிருக்கிற மனம் ஒருமைப்பாடு அடைகிறது. உலகத்திலுள்ள எல்லா மதங்களும் இறைவனுடைய தத்துவத்தைப் பற்றி எப்படிச் சொன்னாலும், மோட்சத்தைப்பற்றிய இலக்கணத்தை எப்படிச் சொன்னாலும், மனத்தை அடக்கி ஒருமைப்பாடு அடைவது அவசியம் என்பதில் வேறுபடவில்லை. இதைப்பற்றி வற்புறுத்திச் சொல்லாத ஞானிகள் உலகத்தில் எங்குமே இல்லை.

மனம் ஒருமைப்பட்டுச் செத்துப் போவதுதான் சமாதி நிலை. குறிப்பிட்ட சமயத்தில், குறிப்பிட்ட வேளையில் மனம் அடங்கிக் கட்டுப்பட்ட நிலையில் இருப்பது மனோ லயம். இப்படி மனம் அடங்கி நிற்கவேண்டுமானால் அடுத் தடுத்துத் தியானம் பண்ணவேண்டும். தியானம் பண்ணிப் பண்ணி மனம் ஒன்றை நினைத்து நிலைபெற்று நிற்கும்போது

மனோலயம் உண்டாகிறது. அந்த மனோலயம் நீடிக்கும் போதுதான் கருவிகரணங்கள் சுழன்று சமாதி நிலை உண்டாகும். சிலருக்கு அந்நிலை கோழித் தூக்கம் போல் இருக்கலாம். அது சவிகற்ப சமாதி. சிலருக்குக் காடாந்த காரத் தூக்கமாக இருக்கும். அது நிர்விகற்ப சமாதி. சகஜ சமாதி என்பது தூக்கமே இல்லாத நிலை. விழித்துக் கொண்டுள்ள போதே தாமரை இலைத் தண்ணீர்போல ஒட்டாமல் இருப்பது அது. நம்மைப்போலவே அவர்களும் நடந்து கொண்டும், உட்கார்ந்து கொண்டும் இருப்பார்கள். ஆனால் மனம் செயல்படாது; அது நாசமாகிவிடும். நமக்கு அந்த நிலை வரவேண்டுமென்றால் முதலில் சுற்றிச் சுழன்று கொண்டிருக்கிற மனத்தை நிறுத்தப் பழக வேண்டும்.

நிற்பதாவது, பலவற்றை எண்ணுகின்ற எண்ணம் மாறி, ஒன்றையே எண்ணி ஒருமைப்படுதல். ஒன்றையே எண்ணுகின்ற நிலை வரவேண்டுமானால் இறைவனைப் பற்றி நினைக்க வேண்டும். அவன் திருவடியை நினைந்து தியானம் செய்ய வேண்டும். எங்கெங்கோ அலைந்து திரிந்து கொண்டிருக்கிற மனம் ஒன்றைப் பற்றியே நினைக்கும் போது நிற்கிறது. நெடுநேரம் நிற்கும்போது தூங்குகிறது. தூங்கிப் பழகினால் கடைசியில் செத்துப் போகிறது. அதை மனோ நாசம் என்பார்கள். அது படிப்படியாக வரவேண்டும். மனோலயம் இன்றி மனோநாசம் உண்டாகாது.

நம் கையில் அகப்படாமல் சுற்றிச் சுழன்று கொண்டிருக்கிற மனத்தை அடக்கி நிற்கவைத்துப் பிறகு தூங்கப் பண்ண வழி என்ன?

பொந்தும் பறவையும்

ஒரு மரப் பொந்துக்குள் பறவை ஒன்று இருக்கிறது. அதைப் பிடிக்க வேண்டுமென்றால் பறவை பறந்து போகாத படி பொந்துக்குள் கையை விட்டு அப்படியே அமுக்கிப் பிடிக்கவேண்டும். இந்த மரமாகிய உடம்பிலோ ஐந்து பொந்துகள் இருக்கின்றன. இதற்குள் மனமாகிய பறவை

ஒளிந்து கொண்டிருக்கிறது. ஒரு பொந்தின் வழியாகக் கையை விட்டுப் பிடிக்கப் போனால் வேறு ஒரு பொந்தின் வழியாக வெளியே ஓடிவிடுகிறது. இந்த ஐந்து பொந்துகளுள் ஒன்றின் வழியாகத்தான் அதைப் பிடித்தாக வேண்டும். வேறு பொந்துகள் இல்லை. என்ன செய்வது?

கண்ணாகிய பொந்தை அடைத்துப் பிடிக்கலாம் என்று கோயிலுக்குச் சென்று, இறைவன் திருவுருவத்தைப் பார்த்துக் கண்ணை மூடிக்கொண்டால் அவன் திருவுருவம் மனத்தில் வரமாட்டேன் என்கிறது. வாயாகிய பொந்தை அடைக்க அயில்வேலன் கவியைப் பிழையறக் கற்றுச் சொல்லலாம் என்றால், அதுவும் நம்மால் முடியவில்லை. வாய் சொல்லிக் கொண்டே இருக்கிறது; மனம் எங்கோ ஓடிவிடுகிறது. "ஐயோ! எங்களுக்கு வேறு வழி கிடையாதா?" என்று அழுகிற மக்களை இரக்கத்தோடு பார்த்துச் சொல்கிறார் அருணை முனிவர்.

"ஆண்டவன் உங்களுக்குக் காது கொடுத்திருக்கிறான் அல்லவா? அந்தக் காதின் வழியாக மனத்தைப் பிடித்து அடக்க உபாயம் சொல்கிறேன்" என்று மற்றொரு வழி காட்டுகிறார்.

கவி கேட்டு உருகுதல்

அன்பினால் இளகாத மனத்தைக் கல் என்பர். செறிவோடு இருக்கிற நமது நெஞ்சக் கன கல் நெக வேண்டும்; உருக வேண்டும். கல்லாலான மலையையே, கிரௌஞ்ச கிரியையே, கிழித்து எறிந்த பெருமான் யாரோ அவனுடைய புகழைக் கேட்டால் நமது வன்மனப் பாறை நெக்குவிட்டுக் கிழிந்துபோகும்.

கிழியும்படி அடல்குன்று எறிந்தோன் கவிகேட்டு உருகி...... இருப்பீர்!

நாம் உருகி இருக்க வேண்டும். கேட்டு உருகி இருக்க வேண்டும். எதைக் கேட்டு உருகி இருக்க வேண்டும்? கவி கேட்டு உருகி இருக்கவேண்டும். யாருடைய கவியை?

கிழியும்படி அடல் குன்று எறிந்தோன் கவியைக் கேட்டு உருகி இருக்கவேண்டும் என்கிறார் அருணகிரியார். இது முதல் பயிற்சி.

கவிஞர் உள்ளம்

கவியைக் கேட்டால் உருக்கம் உண்டாகுமா? உருக்கத்தை உண்டாக்குவதற்கு அதில் என்ன இருக்கிறது?

கவி உண்மையான கவிஞனிடத்தில் பிறக்கிறது. கவிஞனுடைய மனப்பண்போ மலரினுடைய மென்மை, தண்மை, மணம் முதலியவை போன்றது. கடினமான பொருளினிடம் மணம் இராது. மலர் அரும்பாக இருக்கும்போது கடினமாக இருக்கிறது. முனை குவிந்து இருக்கிறது. அப்போது வாசனை இல்லை. அதுவே மலரும்போது தண்மை உடையதாக, மென்மை உடையதாக, மணம் உடையதாக ஆகிவிடுகிறது,

பக்குவம் அடையாதபோது நம்முடைய உள்ளம் கடினமாகக் குவிந்திருக்கிறது. நல்ல பக்குவம் அடைந்துள்ள கவிஞர்களுடைய உள்ளமோ சிறிய காற்று அடித்தாலும் அசைந்தாடுகிற மென்மை உடையதாகி விடுகிறது. அவர்கள் உள்ளம் விரிந்து கிடப்பதனாலே அவர்கள் காணுகின்ற சின்னஞ்சிறிய சம்பவங்களும் அதில் ஆயிரம் ஆயிரம் உணர்ச்சி அலைகளை எழுப்புகிறது.

கலைமகள் தாமரையில் இருக்கிறாள் என்று சொல்வார் கள். வெண்மையான தாமரை அது; மென்மையான தாமரை; மணமுள்ள இதழ்களை உடைய தாமரை; அதில் கலைமகள் வீற்றிருக்கிறாள். வெண்டாமரையைப் போன்ற பண்புகளையுடைய உள்ளத்தில் உண்மையான கவி மணம், கலை மணம் கமழ்கிறது என்பது இதன் பொருள். கவிஞனுடைய உள்ளம் விருப்பு வெறுப்பு இல்லாத தூய வெள்ளைத் தன்மை உடையதாக இருக்கும்.

வேதாந்தியும் கவிஞனும் உள்ளதை உள்ளபடியே பார்க்கிறார்கள். வேதாந்தி பார்க்கிறான்; சொல்வது இல்லை. கவிஞன் பார்க்கிறான்; அழகாகச் சொல்லி விடுகிறான். இவர்களுடைய உள்ளங்கள் வெண்மையாக, தண்மையாக, விரி வாக, மணமுள்ளனவாக இருக்கின்றன.

ஒரு குழந்தை அழுதாலும் போதும்; அந்தச் சத்தத்தை வைத்துக்கொண்டு நூறு பாடல்களைப் பாடிவிடுவான் கவிஞன். அவன் உள்ளம் அத்தனை மென்மையானது; நுட்பமானது; சிறு சம்பவங்களையும் பிரதிபலிக்கிற ஆற்றல் அதற்கு உண்டு. கோபமாக இருக்கலாம்; தாபமாக இருக்கலாம்; அவன் உள்ளத்தின் வழியே புகுந்து வரும்போது அதுவே பெரிய காப்பியம் எழக் காரணமாகி விடுகிறது. வாழ்க்கையில் துன்பம் அளிப்பன எல்லாம் அவன் காவியத்தில் இன்பமாக இருக்கும்

வாழ்க்கையும் கலையும்

வாழ்க்கைக்கும் வாழ்க்கையை ஓவியமாக்கும் காவியத்துக்கும் உள்ள வேறுபாட்டைப் பாருங்கள். வாழ்க்கையில் இருப்பது நிகழ்ச்சி; காவியத்தில் இருப்பது கற்பனை. வாழ்க்கையில் உண்டாவன சுகதுக்கங்கள்; காவியத்தில் உண்டாவது சுவை. பக்கத்து வீட்டு அம்மாளுடைய குழந்தை இறந்து போய் விட்டது. பிணத்தை வைத்துக்கொண்டு அவள் அலறுகிறாள். அங்கே சென்றால் நாமும் அழுகிறோம். அந்தத் துயரம் யாருக்கும் வர வேண்டாம் என்று நினைக்கிறோம். இந்த நிகழ்ச்சியில் சோக உணர்ச்சி உண்டாகிறது. மயான பூமியில் தன் பிள்ளை லோகிதாசனைப் போட்டுக்கொண்டு சந்திரமதி அலறுகிறாள். இந்தக் கட்டத்தை அநுபவிக்க வேண்டுமென்று போட்டி போட்டுக் கொண்டு அரிச்சந்திர நாடகத்திற்கு ஓடுபவர்கள் எத்தனையோ பேர்கள். இது நிகழ்ச்சியன்று; கலையில் ஒரு கற்பனை. இங்கே உண்டாவது சோக நிகழ்ச்சி அன்று ; சோக ரசம், அவலச் சுவை. குஷ்ட வெறுத்து ரோகியைத் தொடமாட்டோம்; பார்க்கவே அப்பால் போய்விடுவோம்.

குஷ்டரோகி வேஷம்போட்டுப் பாட்டுப் பாடி ஒருவன் நடிக்கிறான். அந்த இடத்திற்கு ஐந்து ரூபாய் டிக்கெட் என்றாலும் வாங்கிக்கொண்டு போவோம். காரணம், அங்கே குஷ்டரோகி போல நடிப்புக் காட்டி உயர்ந்த தத்துவத்தைப் புலப்படுத்துவதால், ரசமாக அந்தக் காட்சி அமைந்திருப்பதுதான்.

வாழ்க்கையிலுள்ள இப்படிப்பட்ட பல விதமான உணர்ச்சிகளைக் கொண்டு ரசத்தை எடுத்துக் கொடுப்பவர்கள் கவிஞர்கள். கவி பாடுவதற்கு முன்பு அவர்கள் உள்ளம் மெழுகாக அந்த அந்த உணர்ச்சிகளைக் கற்பனை செய்து நெகிழ்ந்து நெகிழ்ந்து உருகுகிறது. பின்புதான் அவ்வுணர்ச்சிகளைச் சுவையாக்கிக் காப்பியமாக வடித்தெடுத்து நம்மையும் உருகச் செய்கிறார்கள்.

கவிஞனுடைய உள்ளத்திலும் ஞானப்பசியுள்ளவனுடைய உள்ளத்திலும் பார்த்தவுடன் எந்தக் காட்சியும், எந்த உணர்ச்சியும் பதிவதைப்போல வேறு யாருக்கும் பதிவது இல்லை.

சீவகன் துறவு

சிந்தாமணியில் ஒரு கதை. சீவகன் பொழிலுக்குச் சென்று அங்குள்ள காட்சிகளைக் கண்டிருந்தான். அங்கே ஒரு பலாமரம் இருந்தது. மரத்தில் இரண்டு குரங்குகள் இருந்தன. ஒன்று ஆண்; மற்றொன்று பெண். பெண் குரங்குக்கு ஆணின் மேல் கோபம். அதைப் போக்க அந்த ஆண் குரங்கு பலாப்பழம் ஒன்றைப் பறித்து அதைக் கீறிச் சுளைகளைப் பெண் குரங்குக்குக் கொடுத்துக் கொண்டிருந்தது. தோட்டக்காரன் அங்கே வந்து அந்தப் பழத்தைப் பிடுங்கிக் கொண்டு இரண்டு குரங்குகளையும் ஒட்டிவிட்டான். இதைக் கண்ட சீவகனுக்கு ஒருநினைவு தோன்றியது. 'அடடா! கட்டி யங்காரனிடமிருந்து நான் அரசைக் கொண்டேன். நான் வலி யவனாதலால் இதனை அடைந்தேன். என்னை விட வலியவன் வந்தால் என்னிடமிருந்து இதைப்

பற்றிக்கொள்வான். இந்தச் செல்வம் யார் பலசாலியோ அவனால் வலிந்து பற்றிக் கொள்வதற்குரியது. நிலையுடையதன்று' என்று எண்ணினான். உடனே அவன் துறவியாகிவிட்டான். சின்னச் சம்பவந்தான் அது. இருந்தாலும் அவன் உள்ளத்தில் அது பெரிய மாறுதலை உண்டாக்கிவிட்டது.

சித்தார்த்தர் துறவு

நம்மைப்போலவேதான். இந்த உலகத்தில் சித்தார்த்தர் வாழ்ந்தார். அரசராக இருந்து அரண்மனையில் இன்ப போகத்தில் திளைத்தார். அழகான மனைவியும் அருமையான குழந்தையும் அவருக்கு இருந்தார்கள். ஒருநாள் வீதியில் போகும் பிணத்தைக் கண்டார். எத்தனையோ பிணங்களை நாம் தினமும் பார்க்கிறோம். நமக்கு ஒரு விதமான உணர்ச்சியும் ஏற்படுவதில்லை. அதுவே சித்தார்த்தருக்கு அவரது வாழ்க்கையின் பெரிய திருப்பமாக அமைந்துவிட்டது; உலகம் உய்ய வழிகாட்டும் கௌதம புத்தராக விளங்க அவருடைய வாழ்க்கைப் பாதையைத் திருப்பிவிட்டது; அரண்மனையைத் துறந்து, மனைவியைத் துறந்து, மகனைத் துறந்து, இன்ப போகத்தை எல்லாம் துறந்து, இரவுக்கு இரவாகவே அவரைப் போதி மரத்தடிக்கு ஓடும்படியாகச் செய்து. விட்டது.

மாஷ வைராக்கியம்

யாரோ உளுந்து உடைத்துக் கொண்டிருந்தார்கள். அதைப் பார்த்தார் ஒரு ஜைனர். "இத்தனை நாளும் தோலும் பருப்புமாக ஒட்டி வாழ்ந்த உளுந்து, உடைக்கும் போது தோல் வேறு பருப்பு வேறாகப் போய் விட்டதே! அப்படி உடம்பும் உயிரும் ஒட்டியே இருந்தாலும் யமன் வந்தால் உயிர் வேறாக, உடம்பு வேறாக அல்லவா போகப் போகின்றன?" என்கிற ஞானம் பிறக்கவே, துறவியாக மாறிவிட்டார். இதை 'மாஷ வைராக்கியம்' என்பர்.

இப்படி ஞானப்பசியுடைய உள்ளத்திலும் கவிஞனுடைய உள்ளத்திலும் எந்தச் சிறிய சம்பவமாக இருந்தாலும் பெரிய கிளர்ச்சியை உண்டாக்கிவிடும். அவர்களுடைய உள்ளம் மெழுகுபோல் எதைக் கண்டாலும் உருகும் தன்மை உடையது. அதில் எந்தப் பொருளை வைத்தாலும் அது பதிவை உண்டாக்கிவிடுகிறது; ஒட்டிக் கொண்டுவிடுகிறது.

பொன்னின் உருக்கம்

நாமும் நம்முடைய துன்பத்தைக் கண்டும், பிறருடைய பெருமையைக் கண்டும் உருகுகிறோம்; இரங்குகிறோம். இப்படிப்பட்ட உருக்கமும் உருக்கந்தான். அது பயன் இல்லாத உருக்கம். களிமண்ணில் நீரைக் கொட்டி மிதித்தாலும் அது இளகுகிறது; உருகுகிறது. அதில் வைரத்தைப் பதிக்க முடியுமா? இரும்பை உலையில் இட்டால் அதுவும் உருகுகிறது.

அதில் வைரக்கல்லைப் பதிப்பார்களா? மண்ணின் உருக்கமோ இரும்பின் உருக்கமோ வைரத்தைப் பதிக்கப் பயன்படாது. பொன்னின் உருக்கந்தான் பயன்படும். எத்தனையோ பேர் எத்தனையோ விதமான விஷயங்களை நினைந்து உருகினாலும் இறைவனை நினைந்து உருகுகின்ற பக்தர்களுடைய உருக்கத்தில் தான் எம்பெருமானாகிய மாணிக்கம் பதிகிறது. அவர்கள் மனம் பொன் போன்றது. இந்த உருக்கத்தான் வேண்டுமென்று சொல்கிறார் அருண கிரியார்.

உருக்கம் உண்டாகும் வழி

இந்த உருக்கம் எப்படி வரும்? யார் உருகிப் பாடுகிறார் களோ அவர்களுடைய பாட்டைக் கேட்டால் வரும். "வேல் முருகா! வேல் முருகா!" என்று ஒருவர் வெறும் நாமாவளிதான் போடுகிறார்; என்றாலும் கண்ணை மூடிக் கொண்டு அந்த நாத ஒலிக்குக் காதைக் கொடுத்துவிட்டால் சிறிது நேரத்தில் நமக்கு ஒருவித உணர்ச்சி உண்டாகிறது. பாட்டு முடிந்துவிட்டாலும் நாம் அப்படியே செயலற்றுப் போய் நிற்கிறோம். உள்ளம்

உருகிப் போய்விடுவதனால் பாட்டு முடிந்தது கூடத் தெரியாது போகிறது. அந்த உருக்கம் ஆரம்பத்திலேயே வந்துவிட்டால் பாடுகிறவர் இன்னார் என்பதுகூடத் தெரியாமல் போய்விடுகிறது. சிலருக்கு ஆவேச உணர்ச்சி பொங்கிவிடுகிறது.

கவிஞன் உருக்கம்

மாபெருங் கவிஞனுடைய பாடல்கள் இப்படித்தான் எந்தக் காலத்திலோ, எந்த இடத்திலோ, அவனுக்கு உண்டாக்கிய உருக்கத்தை, வேறு வேறு காலத்தில், வேறு வேறு இடத்தில், வேறு வேறு அநுபவத்தை உடைய மக்களிடத்தில் உண்டாக்குகின்றன என்பர். உணர்ச்சியின் இடமாற்றந்தான் கலையின் தத்துவம் என்பார்கள். இறைவனை நினைந்து உருகிப் பாடின பெரியவர்கள் பாட்டை எப்பொழுதானாலும் திரும்பத் திரும்பப் படிக்கிறவர்களுக்கு அதே உருக்கம் உண்டாகும்.

'திருவாசகத்திற்கு உருகார் ஒரு வாசகத்திற்கும் உருகார்!'

என்று ஒரு பழமொழி உண்டு. அதற்கு ஏன் உருகுகிறார்கள்? திருவாசகம் பாடியவர் உருகி உருகிப் பாடினார். அவரது உள் உருக்கத்திலிருந்து வெளிப்பட்ட பாடல்கள் நம்மையும் உருக வைக்கின்றன.

நல்ல நிலத்திலே வித்து விழுந்தால் உடனே அது முளைத்து மரமாகும். அந்த மரத்தில் மறுபடியும் ஆயிரம் ஆயிரம் வித்துக்கள் உண்டாகும். அப்படி உருக்கமாகிய ஆதி வித்து மாணிக்கவாசகரின் உள்ளமாகிய நல்ல நிலத்தில் விழுந்தது. அந்த வித்தில் தோன்றியது மரமாகிய திருவாசகம். அந்தத் திருவாசக மரத்தில் மீட்டும் ஆயிரம் ஆயிரம் வித்தாகிய உருக்கமே விளைகிறது. ஒருவருடைய உருக்கம் பலரிடம் உருக்கத்தை உண்டாக்குகிறது. முதலில் உருகிப் பாடியவர் ஒருவர். அவர் பாட்டைப் படிக்கிறவர் கள் எல்லாரும் பின்னால் உருகுகிறார்கள்.

கலைஞன் மனோபாவம்

நான் ஒரு தலத்தில் உள்ள முருகன் கோயிலுக்குச் சில நண்பர்களுடன் சென்றிருந்தேன். கோயிலின் மேல் விதானத்தில் ஒரு சித்திரக்காரர் அழகான வண்ணங்களை எல்லாம் குழைத்துக் கந்தபுராணக் கதையை ஓவியமாகத் தீட்டியிருக்கிறார்; ஆறு படை வீட்டையும் எழுதியிருக்கிறார். சித்திரத்தைப் பார்த்துக் கொண்டே வரும்போது என்னுடன் வந்தவர்களில் ஒருவர், "சித்திரம் எப்படி இருக்கிறது? எப்படி இருக்கிறது?" என்று கேட்டுக் கொண்டே வந்தார். நான் விடை ஒன்றும் சொல்லாமல் அண்ணாந்து பார்த்துச் கொண்டே சென்றேன். எங்களுக்கு முன்னால் வேறு சிலரும் அந்தப் படங்களைப் பார்த்துச் சென்றார்கள். அவர்களிலே ஒருவன் வள்ளியெம்பெருமாட்டியின் படத்தைப் பார்த்து விட்டு, "இது இன்னவள் மாதிரி இல்லையா?" என்று ஒரு சினிமா நடிகையின் பெயரைச் சொன்னான். அப்படியே மற்றப் படங்களையும் பார்த்துக் கூறினான். உடனே நான் பக்கத்தில் இருந்தவர்களிடம், "படம் எப்படி இருக்கிறது என்று தெரிந்து கொண்டீர்களா?" என்று சொன்னேன். அவர்கள் விழித்தார்கள்.

இறைவனை நினைந்து நினைந்து உருகி அப்படத்தை ஓவியன் தீட்டியிருந்தால் அந்தப் படத்தைப் பார்க்கும் போது பார்க்கிறவர்களுக்கு இறைவனின் நினைப்பு உண் டாகும். 'ஆறுமுகக் கடவுளின் படம் போட்டிருக்கிறேன்' என்று எதையோ நினைத்துக்கொண்டு ஆறுமுகங்களுடைய ஓர் உருவத்தைத் தீட்டிவிட்டால், அந்தச் சித்திரம் ஆறுமுக நாதனை நினைக்கச் செய்துவிடாது. உள்ளத்தில் பல காலம் நினைந்து நினைந்து உருகினால் அன்றி எழுத வராது. வெறும் பழக்கத்தினால் எழுத வராது. எம்பெருமானுடைய மூர்த்தத்தைக் கண்ணால் காண வேண்டும்; கருத்தைச் செலுத்தி உள்ளம் உருக வேண்டும். உருகி உருகிக் கண்ணை மூடிக்கொண்டு உள்ளக்கிழியில் அவன் திருவுருவத்தை முதலில் எழுதிக்கொள்ள வேண்டும். அப்படி எழுதிக் கொண்டு உருகுகிறவனுக்கு உடம்பெல்லாம் கிளுகிளுக்கும் ; புளகம் போர்க்கும்; அப்புறம் அவன் எழுத ஆரம்பித்தால்

அதே உருக்கத்தை, அதே கிளர்ச்சியை, பார்க்கிறவளிடம் உண்டாகும்படி வண்ண ஓவியம் அமைக்கலாம்.

கவிஞன் எழுதுகிற பாடல்களும் அத்தகையனவே. காணுகிற காட்சியினால் அவன் உள்ளத்தில் கிளர்ச்சி மிகும்போது. உணர்ச்சி பொங்கும்போது, பாடல்கள் தாம் உண்மையான கவிகள்.

"உளம் கொண்டு தெள்ளித்
பாடுகின்ற
தெளிக்கும் பனுவற் புலவோர் கவிமழை
சிந்தக்கண்டு
களிக்கும் கலாப மயிலே!"

என்று சகல கலாவல்லியாகிய வாணியைத் துதிக்கிறார் குமரகுருபரர். அவள் கருணையை உள்ளத்தில் கொண்டு, உணர்ச்சிகளை உள்ளத்தில் கொண்டு, நினைந்து நினைந்து பார்த்து, உருகுகின்றவர்களுக்கு அதன் வெளியீடாகப் பாட்டுப் பிறக்கிறது. அப்படி இறைவனை நினைந்து நினைந்து உருகிப் பாடிய கவியைப் படித்தால் நம் மனம் உருகும். "அத்தகைய மனத்தை உருக்குகின்ற கவியைக் கேட்டு இருப்பீர்" என்று நமக்கு உபதேசம் செய்கிறார் அருணகிரியார்.

குன்று எறிந்த குமரன்

"ஆறுமுகப் பெருமானே, உன் பெருமை எனக்குத் தெரியாதா? உன்னுடைய திருக்கரத்தில் இருக்கும் வேலைக் கிரௌஞ்ச மலை மேலே செலுத்தி அதைப் பொடிப் பொடி யாக்கினாயே! முன்பு மலையை உடைத்தது இருக்கட்டும்; இப்போது என்னுடைய மனமாகிய மலையை உடைக்க வேண்டும் அப்பா. முன்பு வேல் ஒரு மலையில் பாய்ந்து கிழித்த வரலாற்றை நான் அறிவேன். இப்போது என் மனத்தைக் கிழிப்பாய்" என்று உருகிக் கேட்கவேண்டும். கிரௌஞ்ச கிரியாகிய மலையைக் கிழித்தவன் நம்முடைய

மனமாகிய பாறையைக் கிழிக்கமாட்டானா? கிழித்தல் என்றால் அழித்தல், சங்கரித்தல் என்றுதான் பொருள்.

ஒருவன் நல்ல கூர்மையான கத்தியினால் தூங்கிக் கொண்டிருந்த ஒருவனுடைய கழுத்தை அறுத்து விட்டானாம். அறுத்த பின்னரும் சுவாசம் போய்க்கொண்டிருந்தது. கொஞ்சம் தலையை அப்பால் திருப்பியவுடன்தான் தலை விண்டு உயிர் போயிற்றாம். குண்டு போட்டால் சத்தம் கேட்கும். இப்படிக் கத்தியினால் கிழித்தால் சத்தமா உண்டாகும்? சத்தம் இல்லாமல், ஆடம்பர ஆரவாரம் இல்லாமல் கணப்பொழுதில் ஆண்டவன் கிரௌஞ்ச கிரியைச் சங்காரம் செய்ததை நினைந்து, "கிழியும்படி அடற்குன்று எறிந்தோன்" என்று சொல்கிறார். அருணகிரிநாதர் அவ்வப் போது தம் கற்பனைக் கண்ணால் காணும் காட்சிகளில் இது ஒன்று.

கிழியும்படி அடல் குன்று எறிந்தோன்
கவிகேட்டு உருகி
இருப்பீர்.

அடல்-வலிமை, "வலிமை பொருந்திய கிரௌஞ்ச மலை கிழியும்படியாக வேலை எறிந்த வேறாயுதனுடைய கவியை அவன் புகழ்பாடும் கவிகளை, கேட்டு உருகுங்கள்" என்கிறார்.

கருத்து இணைதல்

நமக்குக் கருத்து இருக்கிறது; முருகப் பெருமானைப் பற்றிப் பாடியுள்ள அநுபூதிமான்களின் பாடல்களில் பொருள் உண்டு. நம் கருத்தையும் அந்தப் பொருளையும் ஒன்றாகச் சேர்த்தோமானால் உருக்கம் உண்டாகும். சொற்பாவும் பொருள் தெரிந்து கற்றால் உள்ளத்தின் ஒவ்வொரு பகுதியிலும் கிளர்ச்சி உண்டாகும். வெறும் ஒலிக்கே எத்தனையோ பெருமை உண்டே!

தன் வீட்டு வாசலில் ஒரு தாய் நின்றுகொண்டிருக் கிறாள். தெருவோடு போகிறவன் ஒருவன், "அந்தக் கார்ப்பரேஷன்

பள்ளிக்கு எதிரில், ஒரு குழந்தையின் மேல் கார் ஏறிவிட்டது" என்று யாரிடமோ சொல்லிக் கொண்டு போகிறான். அவளிடம் அவன் சொல்லவில்லை. அவன் பேச்சு அவள் காதில் விழுகிறது. உடனே அந்தப் பள்ளி வாசலை நோக்கி ஓடுகிறாள். காரணம் : அவளுடைய பிள்ளை அந்தப் பள்ளியில்தான் படிக்கிறான். "நம்முடைய குழந்தை வீதிக்கு வந்திருப்பானோ? நம் குழந்தையின் மேல் கார் ஏறியிருக்குமோ?" என்று பல பல சிந்தனையுடன் கூடிய பதற்றத்தோடு பள்ளிக்குப் கிளர்ச்சியுடையவளாக, போகிறாள். அந்தக் கிளர்ச்சிக்குக் காரணம் என்ன? அவள் பிள்ளை இறக்கவில்லை. அவன் வகுப்புக்குள் தான் இருக்கிறான். பாடம் நன்றாகக் கேட்டுக் கொண்டிருக்கிறான். இருந்தாலும் தெருவோடு போகிறவன் சொன்னதைக் கேட்டவுடன் அவள் உள்ளத்தில் ஒரு சித்திரம் தன் மகன் ஓடி வருவது போலவும், கார் அவன்மேல் ஏறிவிட்டது போலவும், குழந்தை இறந்துவிட்டது போலவும் தோன்றிவிட்டது. உடனே உணர்ச்சிகொந்தளிக்க ஓடுகிறாள்.

"சிந்திக் கிலேன்! நின்று சேவிக்கி
லேன்! தண்டைச் சிற்றடியை
வந்திக் கிலேன்! ஒன்றும் வாழ்த்து
கிலேன்; மயில் வாகனனைச்
சந்திக்கி லேன்பொய்யை நிந்திக்கி
லேன் உண்மை சாதிக்கிலேன்!
புந்திக் கிலேசமும் காயக்
கிலேசமும் போக்குதற்கே"

என்னும் அருணகிரியாரின் பாடலை ஒருவன் பாடுகிறான். அதைக் கேட்கும்போது நம்முடைய கருத்து அந்தப் பாட்டின் பொருளோடு கவந்துவிட்டால் உள்ளம் துடி துடிக்காதா? "ஐயோ! நாம் இப்படியெல்லாம் செய்யாமல் இருக்கிறோமே!" என நினைந்து, நம்முடைய சிறுமையை எண்ணி நொந்து, உருகி உருகி விம்மாதா?

சாத்திரம் படித்தால் அறிவு வளரும். தோத்திரம் படித்தால் உள்ளம் வளரும். தோத்திரத்தைப் படிக்கும் போதும் கேட்கும் போதும் நம்முடைய சிறுமையை நினைந்தும் உருகலாம்; இறைவனுடைய பெருமையை அறிந்தும் உருகலாம். இப்படி இரண்டு வகையிலும் அநுகூலம் ஏற்படுகிறது. "காது படைத்து விட்டால் போதாது. உருகும் கவி கேட்டு இருப்பீர்'" என்று சொல்லித் தருகிறார் அருணகிரியார்.

வேலி

தோட்டம் போடுவதானால் ஆடுமாடுகள் செடி கொடிகளை மேய்ந்து விடாமல் இருக்க வேலி போட வேண்டும். நாலு சால் ஓட்டி உழுது நாற்று நட்டு விட்டால் போதாது, பாதுகாப்புடைய வேலியிட்டுக் களையும் எடுக்காவிட்டால் பயிர் நாசமாகிவிடும். ஓர் ஊரில் ஒரு கோயில் இருக்கிறது. அங்கே போனால் நல்ல தேவாரம், திருப்புகழ் முதலியவை களைக் கேட்கலாம். அந்த ஊரிலேயே ஒரு டீக்கடையும் இருக்குமே! அங்கே சினிமாப் பாடல்கள் இரவு பகலாக ஒலித்துக் கொண்டிருக்கும். அவற்றையும் கேட்கலாமா? கிரௌஞ்ச மலையைக் கிழித்த வேலாயுதனுடைய கவியைக் கேட்டு உருகி இருங்கள்" என்று சொன்ன அருணை முனிவர். அடுத்த அடியில்,

இழியும் கவி கற்றிடாது இருப்பீர்

என்றும் சொல்லித் தருகிறார். இது இரண்டாம் பயிற்சி.

மருந்தும் பத்தியமும்

நாட்டு வைத்தியர்களிடம், எனக்கு நோய் என்று சொல்லிக் கொண்டு சென்றால் அவர்கள் மருந்து கொடுப்பார்கள். கூடவே இன்னவாறு பத்தியமாக இருக்க வேண்டும் என்றும் சொல்வார்கள். பத்தியம் என்பது சில உணவுப் பொருளை அகற்றுவது. மருந்து சாப்பிட்டால் பத்தியம் இருக்கத்தான் வேண்டும். நாக்கு ருசிக்காகக் கண்டதைச் சாப்பிடாமல் இருந்திருந்தால் நோய் வந்திருக்காது. நோய் போக

வேண்டுமென்றால் மருந்து சாப்பிடத்தான் வேண்டும்; பத்தியமாக இருக்கவும் வேண்டும். மருந்து சாப்பிடும் போதே நாக்கு ருசிக்காகக் கண்டதைச் சாப்பிட்டுக் கொண்டிருந்தால் நோய் தீருமா? மருந்தும் பத்தியமும் சரிவர இருந்தால் உடம்பு விரைவில் நலம் பெறும்.

எம்பெருமானின் புகழ் அல்லாத பல கவிகளைக் கேட்டு நோயை வருவித்துக் கொண்டுவிட்டோம். பிறவி நோய் போகவேண்டும். பிறவிப் பிணிக்கு மருந்தாக இறைவனு டைய புகழைச் சொல்லும் கவி கேட்டு உருக வேண்டும். மருந்து உண்டால் பத்தியம் வேண்டுமே! இறைவனுடைய புகழைக் கேட்கும்போதே, மட்டமான பாட்டுக்களை மற்றொரு புறம் கற்காமல் இருந்தால்தான் விரைவில் மனம் வளப்படும்; ஒருமைப்படும். இழிந்த பாட்டுக்களைக் கேட்டால் அகந்தை வளரும்; ஆபாசமான உணர்ச்சிகள் ஊற்றுப் போலச் சுரக்கும். அருமையான ஒன்றை வளர்க்கும் போது கூடவே அதை அழிக்கக்கூடிய ஒன்றையும் வளர்க்கலாமா? "வளர்க்காதீர்கள்" என்பதைச் சொல்கிறார் அருணகிரி நாதர்.

இழியும் கவி கற்றிடாது இருப்பீர்.

இழியும் கவி

இழியும் கவி - சுவையிலும் பயனிலும் இழிந்த கவி என்று பொருள் கொள்ளவேண்டும். நம்முடைய பண்பாடு, அறிவு உணர்ச்சி ஆகியவற்றையெல்லாம் வளரும்படியாகச் செய்கிற கவி உயர்ந்த கவி. அவை அழியும்படியாகச் செய்கிற கவி இழிந்த கவி. எந்தப் பாடலைப் படிக்கும்போது நம்முடைய உண்மையான தாழ்ந்த நிலை புலப்படுகிறதோ அந்தப் பாட்டு, நம்முடைய உள்ளத் தடத்தில் திட்பத்தை உண்டாக்கிப் பண்புகளை உயரச் செய்கிறது. எந்தப் பாட்டைப் படிக்கும்போது நாம் ஏதோ உயர்ந்த நிலையில் இருப்பதாகத் தோன்றுகிறதோ அந்தப் பாட்டு உண்மையிலேயே

நம்முடைய உள்ளத்தில் செருக்கை உண்டாக்கி நம்மைப் பண்பாட்டிலே, குணத்திலே சரிந்து விழச் செய்கிறது.

"குணங்களினால் இழிந்து, உணர்ச்சியினால் இழிந்து, சொல்லினால் இழிந்துள்ள கவிகளைக் கற்றிடாது இருங்கள்" என்று இரண்டாவது பயிற்சியை முடிக்கிறார் அருணகிரி யார்.

கிழியும்படி அடல் குன்று எறிந்தோன் கவி
கேட்டு உருகி
இழியும் கவி கற்றிடாது இருப்பீர்.

"வலிய குன்று கிழியும்படி வேலாயுதத்தை எறிந்த முருகனுடைய புகழைப் பாடும் கவியை, கேட்டால் மனம் உருகும் கவியை, கேட்டு இருப்பீர்" என்பது முதல் பயிற்சி. "இழியும் கவி கற்றிடாது இருப்பீர்" என்பது இரண் டாவது பயிற்சி. இந்த இரண்டு பயிற்சிகளிலும் நன்றாகத் தேறியவர்களுக்கு என்ன பயன்? யம பயம் போய் விடும்! நரகக் குழியில் விழாது தப்பிக்கொள்ளலாம்.

இதை அருணகிரியார் எப்படிக் குறிப்பிக்கிறார்? 'உருகும் கவி கேளுங்கள். இழியும் கவி கற்றிடாதீர்கள். இது தெரியாமல் இருக்கிறார்களே, தெரிந்தும் மறந்து இருக்கிறார்களே, அவர்களுக்குக் கொஞ்சம் சொல்லுங்கள்' என்கிறார்; அவர்களுக்குச் சொல்லும்படி சொல்லி, நாம் உணர்ந்து கொள்ளும்படி குறிப்பிக்கிறார்.

உருகும் கவி கேட்கவேண்டும், இழியும் கவி கற்கக் கூடாது என்பது தெரியாதவர்களுக்கு, மறந்தவர்களுக்கு, என்ன சொல்ல வேண்டும்?

குழியும் வழியும்
எரிவாய் நரகக்
குழியும் துயரும் விடாய்ப்படக் கூற்றுவன்
ஊர்க்குச் செல்லும்
வழியும் துயரும் பகரீர், பகரீர் மறந்தவர்க்கே.

"எரிகின்ற தீ வாயை உடைய நரகக் குழியைப் பற்றிச் சொல்லுங்கள்" என்கிறார். உயிரானது தான் பண்ணிய வினைக்கு ஏற்ப மீட்டும் கருக்குழியில் புகுந்து பலவிதமான உடம்புகளை எடுத்துத் துன்ப வேதனைக்கே ஆளாகும் என்ற நுட்பமான நிலையைச் சொல்ல, அதைப் பருப்பொருளாகக் காட்டி விளக்குவது பெரியவர்கள் மரபு. பிறவியாகிய பெருந்துன்பத்தை அளிக்கிற நிலை எதுவோ, பாதை எதுவோ, அதை விளக்க வேண்டுமென்றால் அதே விதமான துன்பத்தைத் தருகிற பொருளை வைத்துச் சொன்னால்தான் உணர்ந்து கொள்ள முடியும். நெருப்பு என்ற உடனேயே அதனால் ஏற்படுகிற வெம்மையை எண்ணி அஞ்சுகிறோம். பாம்பு என்றவுடனேயே அதன் நஞ்சை எண்ணிப் பயப்படு கிறோம். மீட்டும் பிறவி எடுப்பதற்குரிய நிலையை நரகம் என்று பெயர் வைத்துச் சொல்கிறார்கள். அது எப்படி இருக்கும்? கொழுந்து விட்டெரியும் நெருப்புக் குழியாக இருக்கும், கொடிய நஞ்சைக் கக்குகின்ற பாம்புக் குவியலாக இருக்கும் என்று சொன்னால் தீவினைகளால் உண்டான துன்பத்துக்கு அஞ்சுவார்கள்; தீவினை செய்ய அஞ்சுவார்கள்.

ஜியாமெட்ரியில் புள்ளியைக் காட்ட இரண்டு கோடு போட்டு வெட்டுவார்கள்; இரண்டு கோடும் சந்திக்கிற இடத்தான் புள்ளி என்று சொல்வார்கள். புள்ளிக்குத் தனியே பரப்பளவு இல்லை; அதைக்காட்ட முடியாது. ஆகை யாலே அப்படிக் காட்டுவார்கள். இதை முன்பே ஒருமுறை சொல்லியிருக்கிறேன். இப்படி நுட்பமான பொருளைச் சொல்ல வேண்டுமானாலும் பருப்பொருளாகச் சொன்னால் தான் மனிதன் புரிந்து கொள்வான். நல்ல வினை செய்பவர் களுக்கு மோட்சம் கிடைக்கும், பாவ வினைகளைச் செய்பவர் களுக்கு நரகம் கிடைக்கும் என்று அந்த அநுபவங்களைக் காட்சிகளாக்கிக் காட்டினார்கள்.

மோட்சமாவது என்ன? மீட்டும் பிறவி உண்டாகாத நிலை. நரகம், மீட்டும் கருக்குழியிலே செல்லும் துன்பத்தை உண்டாக்கும் நிலை. இந்த நிலைக்குப் போகக்கூடாது என்கிற எண்ணம் வளர வேண்டுமானால் இதைப்பற்றிய பயம்

உண்டாக வேண்டும். ஆகவே தான், "நரகம் ஒரே தீக்குழியாக இருக்கும்; கொழுந்து விட்டெரியக்கூடிய அந்த எரிவாய் நரகக் குழியில் யமதூதர்கள் பாவம் செய்கிறவர்களைக் கொண்டு போய்த் தள்ளுவார்கள்" என்று சொல்லிப் பயத்தை உண்டாக்கினார்கள்.

அந்த இடம் கூற்றுவனுடைய ஊர். கூற்றுவனுடைய ஊர் மாத்திரம் அப்படி இராது. ஊருக்குப் போகும் வழியும் துயரம் நிரம்பியது. அந்தப் பக்கம் போகும் உயிர்கள் எல்லாம் வெப்பத்தால் தீய்ந்து, தாகத்தினால் தவிக்கும் என்றார்கள். அதற்காகத்தான் யாராவது இறந்து போனால் அவருடைய உயிர் யமபுரிக்குச் செல்லும் வழியில் விடாய்ப் பட்டுத் துயருறுமே என்று எண்ணி எள்ளும் தண்ணீரும் விடுவார்கள். அவ்வுயிரினுடைய தாகத்தைத் தீர்ப்பதற்காக என்று சொல்வார்கள்.

வெம்மையினால் ஏற்படுவது விடாய்; வெம்மை தீயினால் உண்டாகிறது. தண்மை, குளிர்ச்சி. அது நீரினால் உண்டா கிறது. உள்ளத்திற்குக் குளிர்ச்சியைத் தருவது அன்பு. அன்பு இல்லாத உயிருக்கு அன்பு இல்லாத நிலை தான் வரும். அன்பு இல்லாத சுயநலக்காரர்களுக்குக் கடைசிப் பயணத்தில் கிடைக்கிற வெப்பம் நிறைந்த வழியையும், தீக்குழியையும், அவற்றினால் உண்டாகிற துயரையும் அருணகிரி யார் நினைப்பூட்டுகிறார். "உருகும் கவி கேளாதவர்களுக்கு. இழியும் கவி கற்பவர்களுக்கு, இந்தக் குழியையும், வழி யையும், துயரையும் சொல்லுங்கள், சொல்லுங்கள்" என்று வேண்டிக் கொள்கிறார்.

எரிவாய் நரகக்
குழியும் துயரும் விடாய்ப்படக்
கூற்றுவன் ஊர்க்குச் செல்லும்
வழியும் துயரும் பகரீர் பகரீர் மறந்தவர்க்கே.

நல்ல வினைகளைச் செய்யாவிட்டால் மீட்டும் பிறவியாகிய துன்பந்தான் விளையும் என்பது தெரியாமல், உருகும் கவி

கேளாது, இழியும் கவி கற்று வருபவர்களுக்கு, "எரி வாய் நரகக்குழி காத்து இருக்கிறது. விடாய்ப்படும் துயரும் காத்து இருக்கிறது. கூற்றுவன் ஊர்க்குச் செல்லும் வழியையும் நினைவில் கொள்ளுங்கள்'' என்று ஒரு முறை பகர்ந்து நினைப்பூட்டினால் போதும். அவர்கள் இயல்பாகவே தெரியாதவர்கள். அவர்கள் இதைத் தெரிந்து கொண்டு நல்ல நெறியில் நடக்க முயல்லார்கள்.

பகரீர் பகரீர் மறந்தவர்க்கே.

உருகும் கவி கற்றிடாது. இழியும் கவி கற்றுக் கொண்டிருப்பதனால் நரகந்தான் விளையும். மீட்டும் பிறவியாகிய துன்பம் உண்டாகும் என்பதை உணர்ந்தும் மறந்து விடுகிறார்களே அவர்களுக்கு, "பாவிகளே, எரிவாய் நரகக் குழியும் வழியும் இருக்கின்றன, இருக்கின்றன" என்று அடுத்தடுத்து இடித்துச் சொல்ல வேண்டும் என்கிறார் அருணகிரியார். பகரீர் பகரீர் என்று இரண்டு முறை சொல்கிறார். இரண்டு முறை என்று கணக்காகச் சொல்லவில்லை. தமிழில் ஒன்றுக்குமேல் போனால் எல்லாம் பலவே. ஆதலின் அடுத்தடுத்துச் சொல்லுங்கள் என்பதையே அவ்வாறு கூறினார். உண்மையைத் தெரிந்து கொண்டும் மயங்குகிற வர்களுக்குஅடித்துச் சொல்லத்தானே வேண்டும்?

முரண்பாடு இல்லை

மனிதன் உய்வுபெற வேண்டுமென்றால் நல்ல உணர்ச்சி அதிகம் உடையவனாக இருக்கவேண்டும்; அல்லாத உணர்ச்சி கொஞ்சங்கூட இருக்கக்கூடாது. மனம் நல்ல உணர்ச்சியினால் கிளர்ந்து உருகினால் இறைவன் திருவருளால் தியான சமாதி நிலை கூடிவிடும். யமவாதனை இராது; காலனை வென்றுவிடலாம்.

காலஜயம் பண்ணுவதற்கு மனோநாசம் ஏற்பட வேண்டும். மனோநாசம் ஏற்படுவதற்கு முதல் நிலை மன உருக்கம்.

மனம் உருகினால்தான் ஒருமைப்பாடு உண்டாகித் தியானம் செய்ய முடியும். மனோலயம் உண்டாகும். இதற்கு ஆரம்பம்; இழிந்த கவியைக் கற்றிடாது ஒதுக்கி, உயர்ந்த கவியை, மனத்தை உருக்கும் வேலாயுதன் கவியைக் கேட்டு உருகவேண்டும். இந்த அரிச்சுவடி படித்தால் போதும்; எம். ஏ. பட்டம் பெறும் கல்லூரி நிலையாகிய ஆங்காரம் அடங்கி, ஒடுங்கிப் பரமானந்ததே தேங்கி, நினைப்பும் மறப்பும் அற்று, ஓங்காரத்து உள்ளொளிக்குள்ளே சதா காலமும் முருகன் திருவுருவம் கண்டு தூங்கலாம்; இந்த இரண்டுக்கும் முரண்பாடு இல்லை.

செவி படைத்த பயன்

செவி படைத்த பயனே இறைவனுடைய புகழைக் கேட்டுக் கேட்டு உருகுவதுதான். இறைவன் புகழைக் கேளாத செவி ஓயாது இழவுச் செய்தியைக் கேட்கும் செவி என்று வள்ளலார் பாடுகிறார்.

"கடவுள்நின் புகழ்தனைக் கேளாத வீணர்செவி
கைத்துஇழவு கேட்கும் செவி."

இறைவனுடைய புகழைத் தெரிந்துகொண்டு நாமாகக் கவி பாடுவது எளிதன்று; பிறர் பாடியதைக் கேட்டு இன்புறலாம் அல்லவா?

கிழியும் படி அடல் குன்று எறிந்
தோன்கவி கேட்டுஉருகி,
இழியும் கவி கற்றிடாது இருப்
பீர்; எரி வாய் நரகக்
குழியும் துயரும் விடாய்ப்படக்
கூற்றுவன் ஊர்க்குச்செல்லும்
வழியும் துயரும் பகரீர்
பகரீர், மறந்தவர்க்கே.

[வலிமையையுடைய கிரௌஞ்சமலை கிழியும்படி அதன்மேல் வேலை எறிந்தவனாகிய முருகப் பெருமானைப்பற்றிய பாடல்களைக் கேட்டு உருகி, இழிவான நிலையை உண்டாக்குவனவாகிய தாழ்ந்த பாடல்களைக் கற்றிடாமல் வாழுங்கள்; இவற்றால் இன்ன பயன் உண்டு என்பதை மறந்தவர்களுக்கு, நெருப்பைத் தன்னிடத்தே கொண்ட நரகமென்னும் பன்னற்றையும் அதனால் விளையும் துயரங்களையும், இறந்தபின் தாகம் உண்டாக யமனுடைய ஊருக்குப் போகும் வழியை யும் அங்கே உண்டாகும் துயரங்களையும் சொல்லுங்கள், சொல்லுங்கள்; மக்களைப் பார்த்து உபதேசம் செய்கிற முறையில் அமைந்திருக்கிறது பாட்டு.

கிழிதல் - பிளத்தல். அடல் - வலிமை. குன்று - கிரௌஞ்சமலை. எறிந்தோன் - தாக்கினவன். இழியும் - இழிவான போக்கிலே - செல்லும்; தாழ்வான உணர்ச்சிகளை உண்டாக்கும். விடாய் - தாகம்.]

இது கந்தர் அலங்காரத்தில் ஐம்பத்தாறாவது பாடல்..

இரு பிடி சோறு

வயிறுடையவர்களுக்கு

"காதுடையவர்கள் எல்லாம் இறைவனுடைய புகழைக் கேட்டு உருகவேண்டும். மற்றக் கவிகளைக் கேளாமல் இருக்க வேண்டும். அதனால் உள்ளமானது பண்பட்டு யமனையும் வெல்லுகிற ஆற்றலைப் பெறுவார்கள்" என்கிற உபதேசத்தைப் போன பாட்டிலே அருணை முனிவர் சொல்லக் கேட்டோம். இந்தப் பாட்டில் வயிறுடைய மக்களுக்கு ஓர் உபதேசம் செய்கிறார். காது இல்லாத செவிடர்கள் இருக்கலாம்; கண் இல்லாத குருடர்கள் இருக்கலாம்; பேச வாய் இல்லாத ஊமைகள் இருக்கலாம். பிற உறுப்புகள் குறைபாடு உடையவராக இருந்தாலும் வயிறு இல்லாத மனிதனைக் காண்பது அரிது. எல்லோருக்கும் வயிறு உண்டு. வேறு தொழில் செய்வதில்லை என்று சோம்பியிருந்தாலும் வயிறு சும்மா இராது. அதற்கு ஏதாவது கொடுக்கத்தான் வேண்டும்.

வயிறுடைய மக்களைப் பபர்த்து, "உங்களுக்குக் காது இருந்தாலும் இறைவன் புகழைச் சொல்லும் கவியைக் கேட்பதற்கு முடியவில்லை என்று நீங்கள் சொல்லலாம். வயிறு இருக்கிறது அல்லவா? வயிற்றுக்கு வேளை வேளைக்குச் சோறு போடுகிறீர்கள் அல்லவா? உங்களுக்கு ஒரு வழி சொல்கிறேன் கேளுங்கள்" என்பாரைப் போல இந்தப் பாட்டில் பேசுகிறார்.

உணவின் இன்றியமையாமை

மனித சமுதாயத்தில் எல்லாரும் செல்வராக இருக்க முடியாது; எல்லாரும் படித்து ஞானிகளாக இருக்க முடியாது. ஆனால், வயிறு எல்லோருக்கும் இருப்பதால் எல்லோரும் சாப்பிடுகிறவர்களாக இருக்கிறார்கள். உலகத்தில்

பிறந்தவர்கள் வயிற்றை நிரப்புவதில் சோம்பல்படுவது கிடையாது. பிச்சை எடுத்தாவது உண்கிறார்கள். பெரிய தவமுனிவர்களும் சிலகாலம் உண்ணாமல் இருந்து விரதம் இருக்கலாமேயொழியப் பின்பு, "எங்கே சோறு கிடைக்கும்?" எனத் தேடவேண்டியிருக்கும்.

துறவியர் நிலை

"துறந்தார்க்குத் துப்புரவு வேண்டி
மறந்தார்கொல்
மற்றை யவர்கள் தவம்"

என்று வள்ளுவர் சொல்கிறார். இல்லறத்தான் இல்லறத்தை மேற்கொள்வது தன்னுடைய சுகத்திற்காக மட்டும் அல்ல. வயிறு என்பது துறவிகளுக்கும் இருப்பதால் அவர்களுக்கு வேண்டிய உணவைக் கொடுத்து அவர்களையும் காப்பாற்ற வேண்டும்; "எல்லோரும் துறந்து தவம் செய்யப் புறப்பட்டு விட்டால் துறவிகளுக்கு யார் உணவு தருவார்கள்? அவர்களுக்குச் சோறு கிடைக்கவேண்டும் என்ற எண்ணத்தால் தான் மற்றவர்களாகிய இல்லறத்தார் தாம் தவம் செய்யாமல் இருக்கிறார்களோ?" என்று வள்ளுவர் கேட்கிறார்

சம்பாதிப்பதற்கு ஆற்றல் இல்லாத குழந்தைகளையும், ஏழை உறவினர்களையும் எப்படி இல்லறத்தான் உணவு கொடுத்துக் காப்பாற்றுகிறானோ அப்படியே கவலை இல்லாத துறவிகளை பற்றை விட்டுப் பரமனின் தியானத்தில் எப்போதும் ஈடுபட்டிருக்கும் ஞானிகளை, அவன் காப்பாற்றக் கடமைப் பட்டிருக்கிறான். தன்னுடைய வயிற்றைப் போலவே துறவிகளுடைய வயிற்றையும் நிரப்பும் காரியத்தை அவன் செய்து வரவேண்டும். அப்போதுதான் துறவியின் துறவறம் ஒழுங்காக நடக்கும்.

துறவிகள் நன்றாக வாழ்ந்தால் உலகம் ஒழுங்காக வாழும் என்று பழங்காலத்தில் நினைத்தே துறவிகளைக் காப்பாற்றினார்கள்: "துறவிகள் அன்னக் காவடிகள். இவர்களால்தான் நாடு பிச்சைக்கார நாடாகிறது" என்று

அரசியல்வாதிகள் சொல்ல, துறவிகளுக்குச் சோறு போடாமல் துரத்தி அடிக்கிற காலம் இப்போது வந்து விட்டது. இல்லறத்தான் தன் கடமையை மறந்து விட்டான். துறவி களும் நம்மைப்போல் வயிறு படைத்தவர்கள். ஆதலாலே, 'நாளைக்கு வேண்டிய உணவுக்கு என்ன செய்வது? எந்த இல்லறத்தானும் சோறுபோட மாட்டானே!' என்று எண்ணிப் பணம் வைத்துக்கொள்ள வேண்டிய நிலைமை ஏற்பட்டு விட்டது.

"துறவிக்கு எதற்கு ஐயா பணம்? இந்தக் காலத்தில் எந்தச் சாமியார் தாம் பத்துப் பதினைந்து எனப் பணம் முடிச்சுப் போட்டு வைத்துக்கொள்ளாமல் இருக்கிறார்? இவர்கள் உண்மைத் துறவிகளா?" என்று சிலர் கேட்கிறார்கள். நம்முடைய பணம் சந்நியாசிகளுக்கும் உரியது என்கிற நினைவு நமக்கு இல்லை. அவர்கள் ஏதாவது வைத்துக் கொண்டிருந்தால், "அவர்களுக்குப் எதற்குப் பணம்?" என்று கேட்கிறோம். "சந்நியாசிகளுக்கு எதற்கு உடம்பு" என்று கேட்கிறோமா? நம்மைப்போல அவர்களுக்கு உடம்பு இருப்பதனாலே வயிறும் இருக்கிறது. வயிறு இருப்பதனாலே பசி இருக்கிறது. பசித்தால் உண்ண வேண்டும். உணவுக்குப் பணம் வேண்டாமா? அவர்கள் வயிற்றுக்கு வேண்டிய உணவை அன்றாடம் இல்லறத்தான் கொடுத்துவிட்டானே யானால் அவர்களுக்குப் பணம் வேண்டாம். இல்லறத்தான் சந்நியாசிகளுக்குத் தானும் உணவு படைக்காமல், அவர்களும் பணம் வைத்துக்கொள்ளக் கூடாது என்று சொல்வதைக் காட்டிலும், அவர்கள் வயிற்றை வைத்துக் கொண்டிருக்கக் கூடாது என்று சொன்னால் பொருத்தமாக இருக்கும். அப்படி எவனாவது சொல்வானா? சொன்னால் முட்டாள் பட்டம் கட்டிக் கொள்வான்.

உண்ணும் நேரம்

இந்தக் காலத்தில் சந்நியாசிகளுடைய வயிற்றுக்குச் சோறு போடாவிட்டாலும், சம்பாதிக்கும் ஆற்றல் இல்லாத குழந்தைகளுக்குச் சோறு போடாது பிச்சை எடுக்க வெளியே

விரட்டினாலும், தம்முடைய வயிற்றுக்குச் சோறு போடாமல் இருப்பவர் யாரும் இல்லை. "வயிறு நிரம்ப நான் மூன்று வேளையா சாப்பிடுகிறேன்?" என்று பலர் சொல்லலாம். ஒரு வேளையாவது ஒரு பிடி சோறாவது சாப்பிடுகிறான் அல்லவா? "அந்த ஒரு பிடியைச் சாப்பிடும் போதாவது அதை நமக்குக் கிடைக்கும்படி செய்த இறைவனை நினைக்க வேண்டாமா?" என்று சொல்வாரைப் போல அருணகிரியார் பாடுகிறார்.

'இறைவனை நினைப்பதற்கு எனக்கு நேரமே இல்லையே! கொஞ்சங்கூட ஓய்வு இல்லாமல் இயந்திரமாக வேலை செய்து கொண்டிருக்கிறேனே!" என்று சொல்பவனுங்கூட வயிற்றுக்குப் போட்டுக்கொள்ள ஒரு நேரம் வைத்திருக்கிறான் அல்லவா? நேரம் இல்லாமல் இருந்தாலும் பசி வந்துவிட் டால் உணவை உண்ண நேரத்தைக் கண்டு பிடிக்கிறான். மனிதன் வாழ்வது அவன் முயற்சிக்குள் அடங்கவில்லை; ஆனால் சாப்பிடுவது அவன் முயற்சியினால் உண்டாகிறது. நியாயமான முறையில் சம்பாதித்துச் சாப்பிடுகிறான்: அல்லது திருடி உண்ணுகிறான்; எப்படியாவது உண்டு விடுகிறான். உண்ணுவது என்பதை விட்டால் உடம்பு இராது.

"அப்படி உண்ணும் போது இறைவனை நினைக்கும் பழக்கத்தைச் செய்துகொள்" என்கிறார். உடம்பு சோற்றால் எடுத்த வீடு; தினந்தோறும் சாப்பிடுவதே இந்த உடம்பை வளர்ப்பதற்காகத்தான்.

உயிர் போன உடம்பு

இப்படி உணவு தின்று தின்று வளர்க்கும் உடம்பு எத்தனை நாளைக்கு இருக்கும்? சாகிற வரைக்கும் இருக்கும்.

செத்த பிறகு இது எங்கும் போவது இல்லை; இதை எரித்து விடுகிறார்கள்; அல்லது புதைத்து விடுகிறார்கள். "எத்தனை எத்தனையோ விதமான உணவுப் பொருள்களினாலே கட்டப் பட்ட உடம்பாயிற்றே! இதை வைத்துக் கொள்ளலாம்" என்று

யாராவது வைத்துக் கொள்ளுகிறார்களா? இந்தச் சரீரத்தினால் இன்பம் கண்டவர்கள் கூட, மனைவி மக்கள் கூட, இறந்துவிட்டால் இரவுக்கு இரவாகவே இதை எடுத்துக் கொண்டு போய்க் கொளுத்திவிட வேண்டும் என்கிறார்கள். இந்த உடம்பினால் வருகிற இன்பத்திற்காக மனையாட்டி, 'நாயகன் என்னுடன் தனித்து இருக்கமாட்டானா? அங்கே யாரும் இல்லாமல் இருக்க மாட்டார்களா?' என்று ஏங்கித் தவிக்கிறாள். அவளே நாயகன் இறந்துவிட்டால் அவன் சரீரத்தை வைத்துக்கொண்டு தனித்திருக்கப் பயப்படுகிறாள். துணைக்குப் பத்துப் பேர் இருக்க வேண்டுமென்று விரும்புகிறாள். அந்தச் சரீரத்தைக் கட்டித் தழுவித் தனியாக இருக்க முயற்சி பண்ணினவள் இன்றைக்கு அந்தச் சரீரம் தனியாக இருந்தாலும் அதன் அருகில் செல்ல அஞ்சுகிறாள். மற்றவர்களும், நேரமாகிவிட்டது. இனிப் பிணம் கிடக்கக்கூடாது. எடுத்துக் கொண்டு போய் எரிக்கவேண்டும்" என்கிறார்கள். அதைக் கொளுத்துகிற வரைக்கும் யாரும் சாப்பிடுவது இல்லை. கொள்ளி வைத்து விட்டுத்தான் இலையில் உட்காருகிறார்கள். அதைக் கொளுத்தி விட்ட பின்பே சாப்பிடுவது என்று கங்கணம் கட்டிக் கொண்டவர் களைப்போலத் தோன்றுகிறது அவர்கள் செயல்!

பிடி சாம்பலும் இல்லை

பல காலமாகப் பல பல சுவையுள்ள பண்டங்களைப் போட்டு வளர்த்த உடம்பு கடைசியில் எப்படி ஆகிறது? வறட்டிச் சாம்பல், விறகுச் சாம்பலோடு கூடச் சாம்பலாகி விடுகிறது. இந்த உடம்புச் சாம்பல் நிறைய மலைபோல் இருக்குமா? அஸ்தி கரைக்கும் தினத்தன்று மயானம் சென்று சிதையை விலக்கினால் உடம்புச் சாம்பல் பிடியளவு கிடைப்பதுகூடக் கஷ்டமாக இருக்கிறது. ஒரு பிடி சாம்பலும் காணாத மாய உடம்பு இது.

வெயிலுக்கும் மழைக்கும் பாதுகாப்பான இடத்தில் இருக்க வீடு கட்டுகிறோம். கட்டின வீட்டைச் சுத்தமாகவும் ஆரோக்கியமாகவும் வைத்துக் கொள்ளக் வேண்டியதுதான்.

அந்த வீடு சாசுவதமாகவே இருக்குமா? நிலநடுக்கம் வந்தால் எல்லா வீடுகளும் அப்படியே பொடிப் பொடியாக விழுந்து விடுகின்றன. அந்த வீட்டையே நம்பி வாழ்ந்தால் என்ன செய்வது!

இந்த உடம்பு நமக்கு உரியதுதான். உடம்பைக் கொண்டு தான் வாழ வேண்டும். ஆற்றல் உடையவன் அதை நன்றாக வைத்துக் கொள்வான்.ஆனால் இந்த உடம்பையே நம்பி வாழ்கிற நிலை வந்துவிட்டால், நாளைக்குக் காலன் வந்து இதைச் சாய்த்துவிடுவானே! உடம்புக்குள் உயிர் இருக்கிறது. உடம்பை விட்டு எளிதில் உயிர் வெளிப்படுவதற்கு விரும்பவில்லை. ஆயினும் வெளிப்படாமல் இருப்பதற் குரிய ஆற்றல் அதற்குக் கிடையாதே! உயிரை வெளியே விடாது கட்டி வைத்திருக்கும் ஆற்றல் உடம்புக்குத்தான் உண்டா? தன்னைப் பாதுகாத்துக் கொள்கிற தன்மை இல்லாத உயிருக்குப் பாதுகாப்பாக நாம் உடம்பை வளர்த்துக் கொண்டிருக்கிறோம். உயிர் போன பிறகு இந்த உடம்பினால் என்ன பயன்?

பிராணிகளுடைய மாமிசத்தைச் சாப்பிடுகிறவர்கள் இருக்கிறார்கள்.ஆனால் மனித உடம்பின் மாமிசத்தை யாரும் சாப்பிடுவதில்லை.

"புலையனும் விரும்பாதஇப் புன்புலால் யாக்கை" என்று சொல்வர். மனிதனுடைய ஊன் யாருக்கும் ஊணாகிறது இல்லை. அதனால்தான் இறந்துவிட்டால் இந்த உடம்பை எரித்துவிடுகிறார்கள். எரித்துவிட்ட பிறகு ஒரு பிடி சாம்பருங்கூட இந்த உடம்பிலிருந்து கிடைப்பது இல்லை.

ஒரு பிடி சாம்பரும் காணாது மாய உடம்பிதுவே.

'நம்முடைய உடம்புதான் ஒரு பிடி சாம்பரும் காணாது; பெரிய அரசர்களுடைய உடம்பானால் அதிக சுகபோக உணவு களை உண்டு வளர்த்த உடம்பாகையால் மலை அளவு சாம்பல் கிடைக்கும்' என்று நினைக்கலாமா?

பட்டினத்தார் உபதேசம்

**"முடிசார்ந்த மன்னரும் மற்றுமுள் ளோரும்
முடிவிலொரு
பிடிசாம்ப ராய்வெந்து மண்ணாவ துங்கண்டு
பின்னுமிந்தப்
படிசார்ந்த வாழ்வை நினைப்பதல் லாற்பொன்னி
னம்பலவர்
அடிசார்ந்து நாமுய்ய வேண்டுமென் றே அறி
வாரில்லையே"**

என்று பட்டினத்தார் சொல்கிறார்.

பட்டினத்தார் பெரிய மாளிகையில் வாழ்ந்தவர். நிறையச் செல்வத்தைப் பார்த்தவர். நாள்தோறும் பலவகையான பண்டங்களை உண்டு வளர்த்து வரும் இந்த உடம்பு கடைசியில் என்ன ஆகிறது என்பதை ஆராய்ச்சி செய்ய வேண்டு வார் போல மயானக் கரைக்குச் சென்றார். முதல் நாள் எரிந்த பிணம் மறுநாள் பிடி சாம்பல் கூட இல்லாது போனதைக் கண்டார். 'சாதாரண மக்களுடைய பிணத்துக் குத்தான் ஒரு பிடி சாம்பல்கூட வராது போலிருக்கிறது' என்று நினைத்தார். அடுத்த நாள் பெரிய அரசன் ஒருவன் இறந்து போனான். அவன் உடம்பைக் கொண்டுவந்து எரித்து விட்டுப் போனார்கள். அந்த அரசனுடைய உடம்பும் எரிந்து கடைசியில் ஒரு பிடி சாம்பல்கூட இல்லாதுதான் போயிற்று. அதுவும் மயான மண்ணோடு மண்ணாகக் கலந்துவிட்டது. இதைக் கண்டார். பின்புதான்,

**"முடிசார்ந்த மன்னரும் மற்றுமுள் ளோரும்
முடிவிலொரு
பிடிசாம்பராய் வெந்து மண்ணாவதும் கண்டு"**

என்று அவர் சொல்கிறார் என்று நினைக்கத் தோன்றுகிறது.

"இதைக் கண்டும் மக்களுக்கு ஞானம் உண்டாகிறதா? மேலும் இவ்வுலக வாழ்க்கையின் சுகத்தை அதிகப்படுத்திக் கொள்ள

நினைக்கிறார்களே தவிரப் பொன்னம்பலத்தில் நட மிடுகிற பெருமானுடைய குஞ்சித பாதத்தைச் சார்ந்து நாமும் உய்வு பெறவேண்டுமென்று நினைக்கிறவர்கள் யாரும் இல்லையே!" என்று வருந்தி ஏங்குகிறார் பட்டினத்துப் பிள்ளையார்.

இந்த உடம்பு முடிவில் அழிந்துபோய் ஒரு பிடி சாம்பரும் இல்லாமல், மண்ணோடு மண்ணாகப் போகும் என்பதை நம்மில் பலர் உணராதவர்கள் அல்ல. "இந்த அறிவு இருப்பதனால் இது வாழும்போதே ஒரு காரியம் செய்யலாம் அல்லவா?" என்று சொல்ல வருகிறார் அருணகிரியார்.

ஈட்டுதலும் இடுதலும்

'இறைவனை நம்பி வாழ்ந்தால் சாப்பாடு கிடைக்குமா? வையத்தை மறந்து வானத்தைப் பார்த்தால் வாழ முடியுமா?" என்று சில அறிவாளிகள் பேசுவதுண்டு. இறைவன் திருவருளைப் பெற வேண்டுமானால் நீ சாப்பிடாதே; சம்பாதிக்காதே; சாப்பிடாமல் பட்டினி கிட', என்று யாரும் சொல்வதில்லை.

மிகவும் சாதாரண நிலையில் இருக்கும் நமக்கு உபதேசம் செய்ய வருகிற அருணகிரியார், "நன்றாக இரு மடங்கு சம்பாதி; சாப்பிட்டுச் சுகமாக வாழ்ந்துகொண்டிரு" என்று தான் இந்தப் பாட்டில் உபதேசம் செய்கிறார். ஆனால், சம்பாதிப்பது, சாப்பிடுவது ஆகிய இரண்டுக்கும் நடுவில் ஒன்று இருக்கவேண்டும். ஆண்டவனை மறந்தவர்கள், சம்பாதிப்பதற்கு முயற்சி செய்யும்போது பொருள் ஈட்ட வேண்டும் என்கிற வெறியில் தப்பான வழியில் சென்று ஈட்டுவார்கள். பிறகு, 'ஈட்டிய பொருளைப் பிறர் கண்டுவிட்டால் என்ன செய்வது? திருடன் கொண்டுபோய் விட்டால், என்ன பண்ணுவது?' என்ற அச்சத்தினால் எப்போதும் செத்துக் கொண்டிருப்பார்கள். ஆண்டவனுடைய நினைப்பு உடையவர்கள் அப்படிப்பட்ட மறநெறியில், தப்பான வழியில், பொருளை ஈட்டமாட்டார்கள். ஈட்டிய

பொருளைப் பாதுகாக்க வேண்டுமே என்று அஞ்சவும் மாட்டார்கள்.

ஆகவே, "நீங்கள் ஒரு பங்குக்கு இரண்டு பங்காக இறைவனை நினைந்து பொருளை ஈட்டுங்கள்; இறைவனை நினைந்து சாப்பிடுங்கள்; இந்த இரண்டுக்கும் இடையில் இறைவனை நினைந்து கொடுக்கவும் கொடுங்கள். நன்றாக இறைவனை நினைந்து ஈட்டி, இறைவனை நினைந்து கொடுத்து இறைவனை நினைந்து சாப்பிட்டு, இறைவனை நினைந்து சுகமாக அமைதியாக இருங்கள்'' என்று அருணகிரியார் சொல்கிறார். நாம் சுகமாகவும், அமைதியாகவும் சம்பாதித்துச் சாப்பிட்டு இருக்கத்தானே விரும்புகிறோம்?

இறைவன் நினைவினால் வரும் நலம்

இறைவனை நினைந்து வாழாதவர்களுக்கு வாழ்வில் துக்கம், அவநம்பிக்கை, சோர்வு எல்லாம் உண்டாகின்றன.

ஒரு மூட்டை அரிசி வாங்கிப் போடுகிறோம். 'உடம்பு நிலையாமையை உணராது வாங்கிப் போட்டேன்' என்று நினைக்கலாமா? நாம் உயிரோடு இருந்தால் சாப்பிடுகிறோம்; இல்லாவிட்டால் இன்னொருவன் சாப்பிடுகிறான். இந்த நம்பிக்கையாகிய அடிப்படையில்தான் வாழ்வு வளம் பெறுகிறது.

உடம்புக்குள் நாமாகவா உயிரை வைத்துக் கொண்டோம்? உடம்புக்குள் உயிர் தங்கும் படியாகச் செய்தவன் ஆண்டவன். உண்ண வாயும், கேட்கக் காதும், சுவைக்க நாவும் தந்தவன் அவன். தொழில் செய்யக் கை கொடுத்திருக்கிறான். கண்களுக்குள் விழி கொடுத்து அவற்றை இமையாக இருந்து காப்பாற்றுகிறான். மூச்சுக் காற்றாக இருந்து காப்பாற்றுகிறான். தங்குவதற்கு மண்ணாக, பருக நீராக சுவாசிக்கக் காற்றாக இருப்பவன் அவன்தான். தொழில் செய்ய அறிவாக இருப்பவனும் அவனே 'என்னுடைய முயற்சியால் நான் வாழவில்லை. அவன் அருளால் அல்லவா வாழ்கிறேன்?' என்கிற நினைப்பு நமக்கு வருமானால் வாழ்வில் தோன்றும்

சோர்வும், அவநம்பிக்கையும் போய்விடும். நம்பிக்கையும், புத்துணர்ச்சியும் உண்டாகும். துன்பம் வந்தாலும், இன்பம் வந்தாலும் கலக்கமில்லா உள்ள உறுதியோடு நிலைத்து நிற்கும் ஆற்றல் உண்டாகும். எந்தத் துன்பமானாலும் சரி, இன்பமானாலும் சரி. கவலை இல்லாமல் இருக்கலாம். கிழக்குக்கும் மேற்குக்கும் வித்தியாசம் இராது. கறுப்புக்கும் சிவப்புக்கும் வேறுபாடு இராது. கசப்புக்கும் இனிப்புக்கும் மனம் ஒன்றாகவே இருக்கும். இந்தச் சமநிலை உள்ளம் படைத்து விட்டவனுக்குத் துன்பம் வந்தால் என்ன? துன்பம், அவனிடத்திலே துன்பத்தை விளைவிப்பதற்குப் பதிலாகத் தானே துன்பத்தை விளைவித்துக்கொள்ளும்.

"இடும்பைக் கிடும்பை படுப்பர் இடும்பைக்
கிடும்பை படாஅ தவர்"

என்று வள்ளுவர் சொல்கிறார். தமக்குத் துன்பம் வந்து விடுமே என்று துன்பத்தைக் கண்டு அஞ்சாதவர்கள் அத்துன்பத்திற்குத்தான் துன்பம் விளைவிப்பர். இந்தநிலை, 'இறைவன் அருளால் நாம் வாழ்கிறோம்; தொழில் படுகிறோம்; சம்பாதிக்கிறோம்; கொடுக்கிறோம்; சம்பாதிப்பதைச் சாப்பிடுகிறோம்' என்று நினைப்பவர்களுக்கு உண்டாகும்.

இது நமக்கு வரவேண்டும் என்பதற்காசு மிக எளிய வழியை நம்முடைய குருநாதர் இப்பாட்டில் உபதேசிக்கிறார்.

பொரு பிடியும் களிறும் விளையாடும் புனச்
சிறுமான்
தருபிடி காவல! சண்முகவா!" எனச் சாற்றி,
நித்தம்
இருபிடி சோறு கொண்டு இட்டு உண்டு இரும்.

எப்படி ஆண்டவனை நினைக்கவேண்டும்? வள்ளி நாயகனாக ஆறுமுகப் பெருமானாக நினைந்து புகழ வேண்டும். சாற்றி என்ன செய்ய வேண்டும்?

இரு பிடி சோறு கொண்டு இட்டு உண்டு இரும்.

சோறு என்றால் உண்ணுகிற சோற்றையும் கொள்ளலாம். நுகர்ச்சிக்குரிய எந்தப் பொருளாக இருந்தாலும் அதையும் குறிப்பாகக் கொள்ளலாம். "நீங்கள் கொஞ்சமாகச் சம்பாதிக்க வேண்டாம். உங்கள் அறிவை, உங்கள் ஆற்றலை உபயோகித்து இரண்டுபிடி சோறு சம்பாதியுங்கள்; இரண்டு மடங்கு பொருள்களை ஈட்டுங்கள். பொருபிடி காவல சண்முகவா!' எனச் சாற்றி நித்தம் இரண்டு மடங்கு சம்பாதியுங்கள். அதை என்ன பண்ணவேண்டும் தெரியுமா? பொரு பிடி காவல, சண்முகவா என இறைவனை நினைந்து ஒரு பிடி சோற்றைப் பிறருக்கு இட்டு, அவனை வாழ்த்தி ஒரு பிடி சோற்றை உண்ணுங்கள். சம்பாதித்தது இரண்டு பிடி: ஒரு பிடி இட்டுவிட்டீர்கள்; ஒரு பிடி உண்டுவிட்டீர்கள். இனிக் கவலைப்பட எதுவும் இல்லை. ஆதலால் பொருபிடி காவல, சண்முகவா என்று சாற்றி இருங்கள்; அமைதியாக இருங்கள்" என்று உபதேசம் செய்கிறார்.

சம்பாதிப்பது இரண்டு பிடி. இடுதல் ஒரு பிடி உண்ணுதல் ஒரு பிடி. கடைசியில் ஒன்றும் இல்லாமையினால் அமைதியாக இருக்கும் நிலை விளைகிறது.

தனக்கு மிஞ்சித் தான தர்மம்

"நீ சம்பாதிப்பதைப் பிறருக்குக் கொடுத்துவிடு. நீ சாப்பிடாதே" என்று சொன்னால் உலகம் அந்த உபதேசத்தை ஏற்காது. "தனக்கு மிஞ்சித் தான தர்மம்" என்று வழங்குகிற பழமொழியைச் சொல்லி எத்தனை பேர், "எனக்குக் கண்டு மிஞ்சினால் அல்லவா ஐயா உனக்குக் கொடுக்க?" என்று சொல்லிப் பிச்சைக்காரர்களை விரட்டுகிறார்கள்? "எனக்கு மிஞ்சிப் போய்விட்டான்'" என்றால் "என்னைக் காட்டிலும் அவன் உயர்ந்துவிட்டான்" என்று பொருள். தனக்கு மிஞ்சித் தான தர்மம் என்றால் தன்னைக் காட்டிலும் உயர்வாக இருப்பது தான தர்மம் என்று கொள்ள வேண்டும். ஒரு பிடிதான் இருக்கிறது. நமக்குப் பசிக்கிறது. அப்போது வேறு

ஒருவன் வந்து கேட்கிறான் என்றால் அவனுக்கு அதைக் கொடுத்துவிட வேண்டும். தன்னையும் மிஞ்சியது தர்மம். மதுரை மாநகரின் பெருமையைப் பற்றிச் சொல்ல வருகிற பரஞ்சோதி முனிவர்,

"தம்மை மாறியும் புரிவது தருமம்அந் நாடு"

என்று பேசுகிறார். மாறுதல் - விற்றல். தம்மை விலைக்கு. விற்றாவது தர்மத்தைக் காப்பாற்றுகிறது அந்நாடு என்கிறார். தர்மபுத்திரர் அதைச் செய்தார். அரிச்சந்திரன் அதைச் செய்தான்.

நமக்கு இல்லாவிட்டாலும் அவனுக்கு இட வேண்டும் என்கிற நினைப்பு உடையாருக்கு மனம் தீய வழியில் செல்லாது. அந்த நிலைக்கு ஏற்ற மனப் பக்குவம் அடையாத நம்மைப் பார்த்து அருணகிரியார், "சாப்பிட வேண்டாம், சம்பாதிக்க வேண்டாம் என்று நான் சொல்லவில்லை. இறைவனை நினைந்து இரண்டு மடங்கு சம்பாதியுங்கள். ஒரு மடங்கு இடுங்கள். ஒரு மடங்கு சாப்பிடுங்கள். பிறகு செய்ய வேண்டியவற்றைச் செய்துவிட்டோம் என்று அமைதியாக இருங்கள்" என்று உபதேசம் செய்கிறார்.

தருபிடி காவல! சண்முகவா! எனச் சாற்றி
நித்தம்
இருபிடி சோறு கொண்டு, இட்டு உண்டு
இரும்.

உண்ணும்போது இறைவன் நினைவு

நாம் எல்லோரும் சம்பாதிக்கிறோம்: சாப்பிடுகிறோம். "நான் சம்பாதிக்கிறேன்: நான் சாப்பிடுகிறேன்" என்கிற நினைவோடு இவற்றைச் செய்கிறோம். நம்முடைய பெரியவர் கள் உண்ணும்போது, "கோவிந்தா, மகாதேவா, முருகா" என்று ஒவ்வொரு கவளத்தையும் எடுத்துச் சாப்பிடுவார்கள். உண்ண வாயும், எடுத்துப் போடக் கையும், இலையில் அன்னமும்

கொடுத்தவன் இறைவன் என்கிற நினைவோடு அப்படிச் செய்வார்கள் என்பது மட்டும் அன்று: மற்றொரு பயனும் உண்டு. உண்ணும்போது எந்த உணர்ச்சியோடு உண்ணுகிறோமோ அந்த உணர்ச்சி உண்ட சோற்றினால் மிகுதியாக விளைகிறது என்பர்.

குழந்தைக்குத் தாய் பால் கொடுக்கும்போது, வீரக் கதைகளை நினைந்து கொடுத்தால் வீர உணர்ச்சி பாலோடு சேர்ந்து குழந்தையிடத்திலே மிகுதியாக உண்டாகும் என்பார்கள். சாப்பிடும்போது காதில் எது விழுந்தாலும் அது நன்றாக மனத்தில் பதியும். இதை நம்முடைய சொந்த அநுபவத்தில் பார்க்கலாம். நம்மிடமிருந்து ஒன்றை வேண்டிப் பெறுவதற்கு, நம்முடைய மனையாட்டி மற்றச் சமயத்தில் சொல்லிப் பெறுவதைக் காட்டிலும், சாப்பிடும் போது சுவைமிக்க உணவுப் பொருள்களைப் படைத்து விட்டு, இனிமையான சொல்லாலே தனக்கு வேண்டிய வற்றை மெள்ளச் சொல்லுகிறாள். உடனே, "அதெற் கென்ன? அதை வாங்கிக்கொள்" என்று சொல்லி விடுகிறோம். இப்படி உண்ணுகிற போது நினைக்கிற ஒன்று நிச்சயமாக வாழ்வில் பதிவை உண்டாக்கும். ஆகையால் நாம் சாப்பிடும்போது இறைவனை நினைந்து சாப்பிட வேண் டும். அப்படிச் சாப்பிட்டால் அந்தச் சோறு நம் உடம்பில் உறைக்கும் போது நிச்சயமாக உள்ளத்திலும் இறைவனுடைய நினைப்பு உறைக்கும்.

அப்பர் சுவாமிகள் இறைவனைப் பார்த்துச் சொல்கிறார். "அப்பா, உன்னை நான் எவ்வாறு புகழ்வேன்! இவ் வுலகிலே எனக்கு இன்பத்தைத் தருகிறது பொன் என்றால் அந்தப் பொன்னாகவே நீ இருக்கிறாய் : இன்பத்தைக் கொடுப்பது மணி என்றால் அந்த மணியாகவே நீ இருக்கிறாய்; இன்பத்தைத் தருகிற எல்லாப் பொருளாகவும் நீ இருப்பதோடு அவற்றை அநுபவிக்கும் போது போகமாகவும் நீ விளங்குகிறாயே! உன் பெருமையை நான் எவ்வாறு சொல் வேன்!" என்கிறார்.

"பொன்னானாய் மணியானாய் போக மானாய்
பூமிமேற் புகழ்தக்க பொருளே உன்னை
என்னானாய் என்னானாய் என்னின் அல்லால்
ஏழையேன் என்சொல்லி ஏந்து கேனே?"

இப்படி அப்பர் சுவாமிகளைப்போல நாமும் சாப்பிடும் போதெல்லாம் இறைவனை நினைக்க வேண்டாமா?

"எந்நன்றி கொன்றார்க்கும் உய்வுண்டாம் உய்வில்லை
செய்ந்நன்றி கொன்ற மகற்கு"

என்று வள்ளுவர் பேசுகிறார். செய்த நன்றியைக் கொல்லாமல் இருக்க வேண்டுமானால் பொருளை ஈட்டும் போதும் பொருளை ஈட்டுவதற்குரிய கருவி காரணங்களைக் குறை வில்லாமல் கொடுத்த இறைவனை நினைக்கவேண்டும். ஈட்டிய பொருளைப் பிறருக்கு இட்டு உண்ணுகிறபோதும் இறைவனை நினைக்க வேண்டும்.

'பூசை பண்ணுகிறார்'

பழைய காலத்தில் யாராவது ஒருவர் வீட்டுக்குச் சென்றால் அவர் சாப்பிட்டுக் கொண்டிருப்பார். அப்போது அவருடைய வீட்டுக்காரி, "ஐயா பூசை பண்ணுகிறார். கொஞ்சம் உட்கார்ந்து இருங்கள்; வருவார்" என்று சொல்லிப் போவாள். 'சாப்பிடுகிறார்; பூசை பண்ணுவ தாவது?' என்று நமக்குத் தோன்றலாம். சாப்பிடுவதாவது என்ன? வெளியே இருக்கிற இறைவனுக்கு மலராலும் இலையாலும் பூசை பண்ணிவிட்டு, இறைவன் நாமத்தைச் சொல்லிக்கொண்டே அவர்கள் ஒவ்வொரு பிடியாகச் சாப்பிடுகிறார்கள். வெளியில் இருக்கும் இறைவன் உள்ளேயும் இல்லையா? வெளியில் உள்ள இறைவனுக்கு மலரினால் அர்ச்சனை பண்ணுவது போல, உள்ளே இருக்கிற இறைவனுக்கு அன்னத்தினால் அர்ச்சனை செய்கிற செயலாக அது அமைவதால், சாப்பிடும் போது கூடப் பூசை பண்ணுகிறார் என்று சொல்லும் வழக்கம் ஏற்பட்டது. இப்படிப் பெரியவர்கள் சாப்பிட்டாலும், மூச்சு விட்டாலும், நடந்தாலும் ஓடினாலும் இறைவனையே நினைத்தார்கள்.

"செப்புவதெல் லாஞ்செபம்நான் சிந்திப்ப
தெல்லாம்நின்
ஒப்பில் தியானம்என ஓர்ந்தேன்
பராபரமே!"

"நெஞ்சகமே கோயில் நினைவே சுகந்தம்அன்பே
மஞ்சனநீர் பூசைகொள்ள வாராய்பராபரமே"

என்று பேசுவார் தாயுமானவர். அவரைப் போல எந்தச் செயலைச் செய்தாலும் இறைவனை நினைந்தே செய்கிற பெரு மக்கள் பலர் இருந்தார்கள் நம் நாட்டில். இப்போது சம்பாதிப்பதற்கும், சாப்பிடுவதற்கும் மாத்திரம் தெரிந்து கொண்டிருக்கிற நம்மைப் பார்த்து, "சம்பாதிக்காதே, சாப்பிடாதே" என்று சொல்லாமல், "நன்றாகச் சம்பாதியுங்கள்; இரு மடங்கு சம்பாதியுங்கள்; இறைவனை நினைந்து இரண்டு மடங்கு சம்பாதியுங்கள்; இறைவனை நினைந்து ஒரு மடங்கு கொடுத்து விடுங்கள்; இன்னொரு மடங்கை இறைவனை நினைந்து நீங்கள் உண்ணுங்கள். பின் அவனை நினைந்து சுகமாக இருங்கள்" என்று உபதேசம் செய்கிறார் அருணகிரியார்.

தருபிடி காவல! சண்முகவா/ எனச் சாற்றி
நித்தம்
இருபிடி சோறு கொண்டு இட்டு உண்டு இரும்.

சாற்றிச் சோறு கொண்டு, சாற்றி இட்டு, சாற்றி உண்டு சாற்றி இரும் என்று ஒவ்வொன்றோடும் கூட்டவேண்டும்.

"நாம் சம்பாதிக்கிறோம்; நாம் சாப்பிட்டுவிட்டு மீதியைத் தானே யாருக்காவது கொடுக்க வேண்டும்?" என்று நினைக்கக்கூடாது. சம்பாதிக்க வேண்டும். அதில் சரி பாதியைப் பிறருக்குக் கொடுத்துவிட்டு எஞ்சியதைத்தான் சாப்பிட வேண்டும். 'இட்டு' என்று சொல்லிவிட்டுப் பின்பு தான் 'உண்டு' என்கிறார். ஔவைப்பாட்டியும், "ஐயம் இட்டுண்" என்று இடுதலை உண்ணுவதற்கு முன்னே வைத்துச் சொன்னாள்.

கொடுக்கும்போது இறைவன் நினைவு

"சம்பாதிக்கும்போது இறைவனை நினைந்து சம்பாதிக்கிறேன். சாப்பிடும் போதும் இறைவனை நினைந்து சாப்பிடுகிறேன். கொடுக்கும் போதும் கூடவா இறைவனை நினைக்க வேண்டும்?" என்றால் கொடுக்கிற போதும், "தருபிடி காவல, சண்முகவா" என்று நினைந்து கொடுக்க வேண்டும். இல்லையெனில் கொடுப்பதாகிய செயலை அடுத்தே நமக்கு ஆணவம் விளைந்துவிடும்; 'நான் கொடுக்கிறேன்' என்ற நினைவு இன்றி, 'அவன் கொடுக்கிறான்; எல்லாம் அவனுடைய பொருள். அவன் என்னிடம் கொடுத்து வைத்தான்; இப்போது வாங்கிப்போக ஆளை அனுப்பியிருக்கிறான். அவனு டைய பொருளை அவன் அனுப்பிய ஆளிடம் கொடுக்கும் கருவி நாம்' என்று நினைந்து கொடுக்க வேண்டும்.

முன்பு ஓர் இடத்திலேயும்

"வையிற் கதிர்வடி வேலோனை வாழ்த்தி,
வறிஞர்க்குஎன்றும்
நொய்யிற் பிளவள வேனும் பகிர்மின்கள்"

என்று அலங்காரத்தில வந்ததைப் பார்த்தோம். நான் என்கிற அகங்காரம் மாற, 'அவன் கொடுக்கிறான்' என்கிற நினைவும், 'என்னுடைய பொருளைக் கொடுக்கிறேன்' என்கிற மமகாரம் சிதைவு பெற, அவனுடைய பொருளைக் கொடுக்கிறேன்' என்கிற நினைவும் இருக்கவேண்டும். அதற்காகவே "வையிற் கதிர் வடிவேலோனை வாழ்த்திக் கொடுக்க வேண்டும்" என்று அங்கேயும் சொன்னார்.

சிலர் கோயிலுக்குச் சென்றால் நாமம் நட்சத்திரம் எல்லாம் சொல்லி ஆண்டவனுக்குத் தம் பேரில் அருச்சனை செய்யச் சொல்வார்கள். வேறு சிலர், "ஆண்டவன் பெயருக்கே அர்ச்சனை செய்யுங்கள்" என்று குருக்களிடம் சொல்வார்கள். இதற்குக் காரணம் என்ன? 'இறைவனை வழிபடுவதே நாம் நம்மைப் பற்றிய நினைவை மறக்கத்தானே? அப்படியிருக்க

ஆலயத்திலும் நம்முடைய நினைவு தானா முந்த வேண்டும்? எல்லாம் இறைவன் செயல்தான்; இறைவன் பெயருக்கே பண்ணட்டும்' என்கிற நினைப்பே காரணம்.

அறம் செய்வதனால் மனிதனுக்கு ஏற்படுவது புகழ்.

'ஈவார்மேல் நிற்கும் புகழ்'

என்று வள்ளுவர் சொல்கிறார். உலகத்தில் எல்லாப் புகழையும் விடக் கொடுப்பார் மேல் சாருகிற புகழ்தான் சிறந்த புகழ். இந்தப் புகழ் அகங்காரத்தை விளைவிப்பதற்கு வித்தாகப் போய்விட்டால் ஆன்ம இன்பம் கிடையாது.

மாலையைக் கழற்றி வைத்தல்

நம்மைப் பேச அழைக்கிறார்கள். நாம் பேசுகிறோம். நம்மைப் பாராட்டி மாலை இடுவது கூட்டத்தை அமைத்த நிர்வாகிகளுடைய கடமையாக, தங்கள் நன்றியறிதலைத் தெரிவித்துக் கொள்ளும் செயலாக, இருக்கிறது. 'ஆகா! நம்மைப் பாராட்டி மாலை சூட்டினார்கள்' என்று நாம் நினைத்து அந்த மாலையை அப்படியே வைத்துக் கொண்டா இருக்கிறோம்? உடனே கழற்றிப் பக்கத்தில் வைத்து விடுகிறோம். இதைப்பற்றிய ரசமான நிகழ்ச்சி ஒன்று நினைவுக்கு வருகிறது.

திருப்புகழ் மணி அவர்கள் ஒரு கூட்டத்தில் தலைமை வகித்தார். பேச வந்த ஒருவர் தமக்கு மாலை போட்டவுடன் கழற்றி வைக்கவில்லை: அதோடு அந்த வழக்கத்தைக் கண்டிக்கும் முறையில் பேசினார். "நல்ல மாலையைப் பாராட்டிப் போடுகிறார்கள். அந்த மாலையை உடனே எதற்காகக் கழற்ற வேண்டும்? அது அவமதிப்பு ஆகாதா?" என்று சொன்னார். அதற்குத் திருப்புகழ் மணி பதில் கொடுத்தார். "அவர்கள் தங்களுடைய மரியாதையைக் காட்ட மாலை போட்டார்கள். அவர்கள் மரியாதையை நான் என் தலையை வளைத்து ஏற்றுக் கொண்டேன். அந்த மரியாதைக்கு உண்மையிலேயே தகுதி உடையவன் நான் அல்ல என்கிற

நினைவு வந்தது. உடனே கழற்றி வைத்து விட்டேன்' என்றார்கள்

புகழும் செருக்கும்

தர்மம் செய்யும்போது பெற்றவர்கள் தர்மம் செய்வானைப் புகழ்வார்கள். அது அவர்களுடைய நன்றியுணர்ச்சியைக் காட்டுகிறது.ஆனால் அந்தப் புகழை அப்படியே நாம் ஏற்றுக்கொண்டு செருக்கினால் தலை தருக்கி அலையலாமா? உடனே, "எம்பெருமானே, இந்தப் புகழ் உன்னுடையது அல்லவா? பிறருக்குக் கொடுக்க என்னிடம் பொருளை வைத்தாய்; கொடுத்த பொருளை வாங்கிப் போகத் தக்காரையும் அனுப்பினாய். அவர்கள் என்னைப் புகழ்கிறார்கள். உன் ஆணைக்கு நான் கருவியாகத்தான் இருந்தேன் என்பது எனக்கு அல்லவா தெரியும்? "இந்தப் புகழை நீ ஏற்றுக்கொள் அப்பா' என்று இறைவனிடம் தள்ளி விட்டால் புகழ் வருவதனாலே அகங்காரம் விளையாது. இவற்றையெல்லாம் தம்முடைய வாழ்க்கை அநுபவத்தில் கண்டிருக்க மாட்டாரா அருணகிரியார்? அதனால் தான் நம்மிடம் செருக்கு வராமல் அருக்க, "இறைவனைச் சம்பாதிக்கிற போதும் நினையுங்கள்; கொடுக்கிற போதும் நினையுங்கள்" என்று உபதேசம் செய்கிறார்.

மூன்றும் நான்கும்

நமக்கு மூன்று நிலை தெரியும். சம்பாதிப்பது, சாப்பிடுவது, சாப்பிட்டுவிட்டு, "ஐயோ செலவாகிவிட்டதே! நாளைக்கு என்ன செய்வது?" என்று பின்பு கவலைப்பட்டு உழல்வது ஆக இருக்கிறோம். நம்மைப் பார்த்து அருணகிரியார் நான்கு நிலைகளை விளக்குகிறார். "சம்பாதியுங்கள்; பிறருக்குக் கொடுங்கள்; நீங்களும் சாப்பிடுங்கள்; அமைதியாக இருங்கள்; இந்த நான்கு காரியங்களையும் இறைவனை நினைத்தே செய்து கொண்டிருங்கள்" என்று வயிறு படைத்தவர்களுக்கு வழி காட்டுகிறார்.

கையில் பணம் இல்லாதபோது நமக்கு அமைதி வருவது இல்லை. இறைவனைப் பற்றிய நினைப்பும் வருவது இல்லை. பிறரிடம் கோபந்தான் விளைகிறது. "இறைவன் அருளாலே சம்பாதித்தோம்; பிறருக்கும் கொடுத்தோம்; நாமும் சாப்பிட்டோம்; இப்போது ஒன்றும் இல்லாவிட்டால் என்ன? மறுபடியும் சம்பாதிக்கலாம். முன்பு பொருளைக் கொடுத்த இறைவனே பின்பும் பொருளைக் கொடுக்காமல் போய்விடுவானா?" என்கிற நம்பிக்கை உண்டானால் கோபம் விளையாது.

சம்பாதித்துப் பிறருக்குக் கொடுத்துத் தானும் உண்டுவிட்ட பிறகு ஒன்றும் இல்லாத நிலையில் அமைதியாக இறைவனை நினைந்தால் அப்போதுதான் இன்பம் உண்டாகும். அமைதியான வாழ்வு இந்த நான்கு நிலைகளில் அடங்கி விடுகிறது. அதற்கு இறைவன் நினைவு துணையாக இருக்கிறது. எந்த இறைவனுடைய நினைவு வேண்டும்? அருணகிரியார் தம்முடைய சொந்த அநுபவத்தைச் சொல்கிறார்.

நாம் ஓரிடத்திற்குப் போகிறோம்; அங்கு உள்ளவர்கள் நம்மைக் கோயிலுக்கு அழைத்துப் போனால் எந்தக் கோயிலுக்கு அழைத்துப்போவார்கள்? அவர்களுடைய பேட்டையில் உள்ள கோயிலுக்கு, அவர்கள் அடிக்கடி போய்வருகிற கோயி லுக்கு நம்மை அழைத்துப் போவார்கள். அதனால் மற்ற இடங்களில் கோயில் இல்லை என்பது அன்று. அருணகிரிநாதர் முருகப்பெருமானின் திருவருளினால் எல்லா விதமான இன்பங்களையும் பெற்று, பிரபஞ்சச் சேற்றைக் கழித்து உய்வு பெற்றவர். ஆதலால் இங்கே முருகப் பெருமானை நினைக்கச் சொல்கிறார். அதனால் மற்றத் தெய்வங்களை நினைக்கக் கூடாது என்பது பொருள் அல்ல. தெய்வத்தை நம்பி வாழ வேண்டும் என்ற அடிப்படையான கருத்தை முருகன்மேல் சார்த்திச் சொல்கிறார்.

காட்டு நிகழ்ச்சி

முருகனை நினைக்கச் சொல்லும்போது அவனை வள்ளி நாயகனாகவும், ஆறுமுகப் பெருமானாகவும் நமக்குக் காட்டுகிறார். வள்ளி கல்யாணத்தைக் காட்டிலே நிகழ்ந்த காட்சியாகச் சித்திரிக்கிறார்.

பொரு பிடியும் களிறும் விளையாடும்
புனச்சிறுமான்
தருபிடி காவல!

வள்ளிநாயகி வாழ்ந்துகொண்டிருந்த இடம் காடு. அங்கே யானைகள் இருந்தன. தனக்கு முன்பே தேவ யானை ஒரு மனையாட்டியாக வாய்த்தும், எம்பெருமான் காட்டிலுள்ள வள்ளி என்னும் பெண் யானையைத் தேடிச் சென்றான். வள்ளிநாயகி திருமால் அம்சமான முனிவருக்கும் திருமகளின் அம்சமான மானுக்கும் பிறந்தவள் என்பதை முன்பே சொல்லி இருக்கிறேன். காட்டில் லட்சுமி அம்சமுடைய மான், குழந்தையை வள்ளிக்கிழங்குக் கொடியருகில் ஈன்றுவிட்டுப் போயிற்று; அதனால் அவளுக்கு வள்ளி என்ற பெயர் அமைந்தது. மான் வயிற்றில் பிறந்த வள்ளி காட்டு யானைகளோடு தானும் ஒரு பெண் யானையாக மிடுக்கோடும் செருக்கோடும் வாழ்ந்து கொண்டிருந்தாள்.

பொரு பிடியும் களிறும் விளையாடும்

அந்தக் காட்டில் நடந்த அழகான காட்சியை அருண கிரியார் தம்முடைய கற்பனையால் படம் பிடித்துக் காட்டுகிறார். புனத்தில் திரிந்து வாழ்ந்த சிறு மான் ஒன்று ஈன்ற பெண்மானாகிய வள்ளி அக்காட்டில் ஒரு பிடிபோல், பெண் மானையைப் போலச் சுற்றிக்கொண்டிருந்தாள். ஆண் யானை போல முருகன் வந்தான். பெண் யானையைப்போல் இருந்தவள், ஆண் யானையைப் போல வந்தவனோடு சேர்ந்து வாழ வேண்டாமா? "என்னைக் கல்யாணம் பண்ணிக் கொள்'' என்று முருகன் கேட்டான். அவள் சண்டை போட்டாள்: சீறி விழுந்தாள். முருகன் அதைப் பொருட்படுத்தாமல் குழைந்து

குழைந்து கெஞ்சினான். "போடா. மூடா வேடா!" எனச் சினந்து அவள் சண்டை போட்டதை எல்லாம் அவன் விளையாட்டாக எண்ணி மகிழ்ந்தான். 'அவள் பொருகிறாளே' என்று அவனும் அவளோடு பொரவில்லை. அதை ஓர் விளையாட்டாக நினைந்து, அவளைக் கெஞ்சிக் கெஞ்சிச் சுற்றி வந்தான்; அப்புறம் வசப்பட்டு விட்டாள். ஆண்டவன் அவளை மணந்து கொண்டான். இது அந்தக் காட்டுக்கே சம்பிரதாயம் போல் இருக்கிறது. எப்படி? அது,

பொரு பிடியும் களிறும் விளையாடும் புனம்.

பிடி என்றால் பெண் யானை. பிடி என்ன செய்கிறது? பொருகிறது; சண்டை போடுகிறது; மோதுகிறது. பெண் யானை தன்னோடு மோதிச் சண்டை போடும்போது களிறு என்ன செய்கிறது? அது சண்டை போட்டால் இதுவும் சண்டை போடத்தானே வேண்டும்? ஆனால் ஆண் யானை அதை விளையாட்டாக நினைத்துத் திரும்பப் பொராமல் இருக்கிறது.

குழந்தையைத் தூக்கி வைத்துக் கொள்ளுகிறோம். அது உதைக்கிறது; உடனே நாமும் அதை உதைக்கிறோமா? அது நம் முகத்தில் 'தூ, தூ' என்று துப்புகிறது. திருப்பி நாமும் அதன் முகத்தில் துப்புகிறோமா? இல்லையே! அது நமக்கு விளையாட்டாக இருக்கிறது. உதைக்கும் காலை முத்தமிடு கிறோம். அது துப்பிய எச்சிலைத் துடைத்துக் கொண்டே சிரித்து அதனை முத்தமிடுகிறோம்.

இப்படி அந்தக் காட்டில் ஒரு பக்கத்தில் மான் வயிற்றில் பிறந்த வள்ளியாகிய பிடி. முருகப்பெருமானாகிய களிற்றோடு பொருகிறது. சினத்தால் சொற்களை அள்ளி வீசிச் சண்டை போடுகிறது. அதை அவன் இன்பமாக எண்ணி, அவளைக் கோபித்துக் கொள்ளாமல், "உன்னுடைய கோபச் சொற்களே இனிமையாக இருக் கின்றனவே! இன்னும் கொஞ்சம் வையமாட்டாயா?" என்று விளையாடுகிறான்.

மற்றொரு பக்கத்தில் பெண் யானை ஒன்று ஆண் யானையை மோதுகிறது; பொருகிறது. அந்த ஆண் யானை அதை

இன்பமாக எண்ணி விளையாடுகிறது: "சீ, சீ! ஆண் யானைக்கு வீரம் இல்லை போலிருக்கிறது? ஆண் யானையைப் போல வந்தவனுக்குங் கூடப் பெண் யானையைப்போலப் பொருகிற வேடிச்சியிடம் பயமா? இவனுக்கு வீரம் இல்லை" என்று சொல்லலாமா? இப்படிப் பொருவது. சண்டை போடுவது, விளையாட்டு வகையைச் சார்ந்தது. பார்ப்பதற்கு என்னவோ பிடி பொருவதாகத் தோன்றினாலும் அது ஊடலின் விளைவு.

தோற்றவர் வெல்லுதல்

உலகத்தில் வாழ்கிற நம்முடைய குடும்பங்களில் இந்தச் சண்டை நாடகங்கள் எத்தனை நடக்கின்றன! அலுவலகத்திலிருந்து கொஞ்ச நேரம் கழித்து வருகிறார் வீட்டுக்காரர். அவ்வளவுதான்! அம்மா காளியாகக் காட்சி அளிக்கிறாள். உள்ளே நுழையும்போதே குழந்தையிடம் தம்மைப் பற்றிக் காரசாரமாகத் தாக்கிப் பேசுவது கேட்கிறது. "போடா, இந்தக் காபியைக் கொண்டு போய் உன் அப்பாவிடம் கொடு" என்று தான் வராமலேயே பிள்ளையை அனுப்புகிறாள். பிள்ளையாண்டான் என்ன நினைக்கக்கூடும்?" 'அப்பா பயங்கொள்ளி போலிருக்கிறது! இத்தனை பேசுகிறாள் அம்மா; இவருக்கு ரோசம் இருந்தால் இதைப் பொறுத்துக்கொண்டு சும்மா இருப்பாரா?' என்று நினைக்கலாம்.

எவனொருவன் அந்தக் கோபத்தையும் சண்டையையும் உண்மையாக நினைத்துத் தன் மனையாட்டியிடம் தானும் கோபித்துச் சண்டைக்குப் போய்விடுகிறானோ அவன் காதலின்பத்தை இழந்துவிடுகிறான். வள்ளுவர் சொல்கிறார்:

**“ஊடலில் தோற்றவர் வென்றார்: அதுமன்னும்
கூடலில் காணப் படும்.”**

உண்மைக் காதல் உடைய பெண்கள் கோபமாக எதிர்த்து ஊடும்போது அவர்களை எதிர்த்துத் தாமும் சண்டைக்குப் போகாமல் அவர்களை எதிர்க்க ஆற்றாதவரைப் போலத் தாழ்ந்து போகிறவர்கள். அந்தச் சமயத்தில் தோற்றவர்களைப்

போல இருந்தாலும் அவர்களே வெற்றியை அடைவார்கள்' என்கிறார் வள்ளுவர். வெற்றி எப்போது தெரிகிறது?

"அது மன்னும் கூடலில் காணப் படும்"

என்று சொல்லுகிறார்.

முருகப் பெருமான் எல்லோருக்குமே எல்லாவற்றையும் சொல்லித் தருகிறவன். களவு கற்பு என்பனவற்றைத் தன் வாழ்விலேயே காட்டி நாடகம் ஆடினவன். வைதாரையும் வாழ வைக்கின்ற பெருமானுக்கு இந்த ரகசியம் சொல்லித் தரவா வேண்டும்? அவன் வள்ளிநாயகி பொருவதை விளையாட்டாக எண்ணி மகிழ்ந்தான். காட்டிலே உள்ள யானைகளுக்குங் கூட இது தெரியுமே! பிடி பொருகிறது; களிறு திரும்ப அதோடு மோதாமல் விளையாடுகிறது. பொருகிற பிடியோடு களிறு விளையாடும் புனம் அது.

இந்தக் காட்டில் மான் வயிற்றிலே பிறந்த வள்ளி ஒரு பெண் யானையைப் போல உலாவிக்கொண்டிருந்தாள். ஆண்-யானை போல வந்த முருகன், சண்டையிலே தோற்று, அதனாலேயே வென்று அவளுடைய காதலன் ஆனான்.. முதலிலே சண்டைபோல ஆரம்பித்துப் பின்னர் விளையாட்டாக, இன்பமாக முடிகிறது அந்தக் கதை.

போராட்டத்தில் இன்பம் காணுதல்

மனிதர்களுடைய வாழ்க்கையே ஒரு போராட்டந் தானே? உத்தியோகம் தேடுவது ஒரு போராட்டம். சம்பாதிப்பது ஒரு போராட்டம். குடும்பம் நடத்துவது ஒரு போராட்டம். அன்றாடம் சாப்பிடுவதே ஒரு போராட்டம். இந்தப் போராட்டங்களை எல்லாம் எவனொருவன் விளையாட்டாகக் கருதுகிறானோ அவனுக்கு அவைகளே இன்பமாக இருக்கும், இதை அந்தப் புனத்தில் இருக்கும் களிறு சொல்லித் தருகிறது.

சண்முகன்

வள்ளி நாயகனைக் கண்டுகொள்ள ஏதாவது அடையாளம் உண்டா? அவன் ஆறுமுகப் பெருமான்; சண்முகன். நமக்கு ஆறுதல் அளிக்கும் அவனுடைய ஆறு முகங்களைக் கொண்டே அவனை அடையாளம் கண்டு கொள்ளலாம்.

சண்முகவா!

என்று சொல்லுங்கள் என்கிறார்.

பொரு பிடியும் களிறும் விளையாடும்
புனச்சிறுமான்
தருபிடி காவல! சண்முகவா! எனச்
சாற்றிநித்தம்
இருபிடி சோறு கொண்டு இட்டு உண்டு இரும்.

இவ்வாறு ஒவ்வொரு நாளும் கழியுமானால் வாழ்வு முழுவதும் இன்பமயமாகி விடும். நாள் பல சேர்ந்து மாதம் ஆகின்றன; மாதங்கள் ஆண்டு ஆகின்றன; ஆண்டுகள் வாழ்வு ஆகின்றன.

உபதேசம்

இறைவன் நினைப்போடு ஒவ்வொரு பிடி சோறும் உள்ளே போகும்போது உள்ளம் வளர்கிறது. உள்ளம் வளர்ந்தால் அன்பு விளைகிறது. அன்பு இல்லாவிட்டால், தானே சம்பாதித்து, தானே உண்டு, இறைவனுடைய நினைப்பு இல்லாமல் இருப்பான். அவன் உள்ளம் வளராது. உடம்பு தான் வளரும். வெறும் ஊன் வளரும். இந்த வளர்ச்சி கடைசியில் எப்படி ஆகிறது?

வினையோம் இறந்தால்
ஒரு பிடி சாம்பரும் காணாது மாய உடம்பிதுவே.

இது மாயாத உடம்பு அல்ல; மாய உடம்பு; நிலை யில்லாத வஞ்சனையான உடம்பு. எந்தச் சமயத்தில் உயிரை இது

வெளியே போகவிடும் என்று சொல்ல முடியாது. "நிலையில்லாத இந்த மாய உடம்பை வளர்ப்பதற்காகப் பொழுதை எல்லாம் செலவிடுகிறீர்களே! இறந்தால் இந்த உடம்பு என்ன ஆகும்? புண்ணியம் பாவம் ஆகிய இருவினைக்கு உட்பட்டிருக்கிற நாம் இறந்தால் இந்த உடம்பு ஒரு பிடி சாம்பரும் காணாது. இது நிலை என்ற நம்பிக்கையோடு இதை வளமுடையதாக்கச் சம்பாதிப்பதும் சாப்பிடுவதுமாக இருக்கிறீர்களே! இதில் பயன் இல்லை. உள்ளத்தை வளமுடையது ஆக்க, அன்புடையது ஆக்க, முயற்சி செய்ய வேண்டும். அதற்கு நீங்கள் சம்பாதியுங்கள்; சாப்பிடுங்கள். வேண்டாம் என்று சொல்லவில்லை. ஆனால் இறைவனை நினைந்து சம்பாதியுங்கள். இறைவனை நினைந்து சாப்பிடுங்கள். இரண்டுக்கும் நடுவில் இறைவனை நினைந்து சம்பாதிப்பதில் பாதியைக் கொடுத்துவிடுங்கள். பின்பு இறைவனை நினைந்து அமைதியாக இருங்கள். ஒவ்வொரு நாளும் இதுவே. செயலாக இருங்கள்" என்று வயிற்றைப் படைத்துவிட்டு, வயிற்றுக்காகவே வாழ்நாளைச் செலவிட்டுக் கொண்டிருக் கிற நமக்கு உபதேசிக்கிறார். இறைவன் திருவருளும் அதனால் பேரின்பமும் கிடைப்பதற்குரிய எளிய வழியைச் சொல்லித் தருகிறார் அருணகிரியார்.

பொருபிடி யும்களி றும்விளை
யாடும் புனச்சிறுமான்
தருபிடி காவல! சண்முக
வா! எனச் சாற்றிநித்தம
இருபிடி சோறுகொண் டிட்டுண்
டிரும்;வினை யோம்இறந்தால்
ஒருபிடி சாம்பரும் காணாது
மாய உடம்பிதுவே.

['மோதுகின்ற பெண் யானையும்ஆண் யானையும் விளையாடுகின்ற காட்டையுடைய தினைப்புனத்தில் இருந்த சிறிய மான் ஈன்ற பெண் யானையைப் போன்ற வள்ளிநாயகியின் தலைவனே! ஆறுமுகனே!' என்று சொல்லி

நாள்தோறும் இரண்டு பிடி சோறு ஈட்டி, ஒரு பிடி பசித்தவர்களுக்கு அளித்து, எஞ்சிய ஒரு பிடியை நீங்கள் உண்டு அமைதியாக இருங்கள். இரு வினைகளையும் உடைய நாம் இறந்து போனால் மாயமாக மறைந்து போகும் உடம்பாகிய இது ஒரு பிடி சாம்பரேனும் காணாது. ஆதலின் இதனைப் போற்றுவதோடு நில்லாமல் இது உள்ள போதே அறம் செய்யத் தலைப்படுங்கள்.

பொரு-மோதும். புனம்-தினைக் கொல்லை. காவலன்-தலைவன் இட்டு-பிறருக்குக் கொடுத்து. இரும்-கவலையற்று இருங்கள். இருவினை. யோம்' என்பது ஒரு பாடம். வினையோம்-இருவினைகளையுடைய நாம் தமக்கும் அதுவே கதி என்பாரைப் போல இப்படிச் சொல்கிறார். வினை யோம்: உளப்பாட்டுத் தன்மைப் பன்மை. காணாது - எஞ்சாது. மாயம்- நிலையாமை.]

இது கந்தர் அலங்காரத்தில் ஐம்பத்தேழாவது திருப் பாடல்.

இனிய பிரான்

எப்போதும் அருணகிரிநாதர் ஒரு பாட்டில் இரண்டு கருத்துக்களைச் சொன்னாரானால் பெரும்பாலும் அவை இரண்டும் ஒன்றோடு ஒன்று தொடர்பு உடையனவாக இருக்கும். இரண்டு கருத்துக்களை அடுத்தடுத்து வைப்பதே, ஒரு கருத்தை மற்றொரு கருத்தால் வளப்படுத்து வதற்காகத்தான் இப்போது பார்க்கப் போகிற பாட்டிலும் இரண்டு கருத்துக்களைச் சொல்கிறார்.

இரண்டு நிகழ்ச்சிகள்

கந்தபுராணத்தில் வரும் இரண்டு நிகழ்ச்சிகள் பெரும் பாலும் எல்லோருக்கும் தெரிந்திருக்கும். கந்தப் பெருமானின் அவதாரக் கதையும், வள்ளிநாயகியின் திருமணக் கதையும் கந்தபுராணத்தில் முன்னும் பின்னும் சிறப்பாக அமைந்திருக்கின்றன. கந்தப் பெருமானின் அவதாரக் கதை தட்சிணாமூர்த்தியின் கதையில் தொடங்குகிறது. இந்தப் பாட்டில் அருணகிரிநாத சுவாமிகள் எடுத்த உடனேயே வள்ளியெம்பெருமாட்டியின் திருமணத்தைச் சொல்லி, பின்னே முருகனின் அவதாரத்திற்கே காரணமான தட்சிணாமூர்த்தியின் கதையைச் சொல்கிறார்.

நெற்றாப் பசுங்கதிர்ச் செவ்வேனல்
காக்கின்ற நீலவள்ளி
முற்றாத் தனத்திற்கு இனிய
பிரான், இக்கு முல்லையுடன் பற்றாக்
கையும்வெந்து சங்க்ராம
வேளும் படவிழியால்

**செற்றார்க் கினியவன், தேவேந்த்ர
லோக சிகாமணியே.**

முதல் இரண்டடியில், "நீலவள்ளி முற்றாத் தனத்திற்கு இனிய பிரான்" என்றும், அடுத்த அடிகளில் "சங்க்ராம வேளும் பட விழியால் செற்றார்க்கு இனியவன்" என்றும் சொல்கிறார். "காம சங்காரம் பண்ணின ஞான மூர்த்திக்கு இனியவன். அவனுக்குப் பிரியமான குழந்தை" என்று அவர் பின்னே நினைப்பூட்டுகிற போது, "இவனா? காட்டில் தினைப்புனத்தைக் காவல் காத்துக்கொண்டிருந்த குறத்தியிடம் காதல் கொண்டவன். நீலவள்ளி முற்றாத் தனத்திற்கு இனிய பிரானாகத் திரிந்தவன் அல்லவா இவன்? தகப்பனார் மிக நல்லவர். காமனைத் தகனம் பண்ணின அந்தத் தகப்பனாருக்குப் பிள்ளையாகப் பிறந்து, இவன் காமுகனாகத் திரிந்திருக்கிறான். அவர் ஒழுக்கம் உடையவர். இவன் ஒழுக்கம் இல்லாதவன் போலிருக் கிறது!" என்று சொல்லலாம் போலத் தோன்றுகிறது. அப்படி நினைக்கும்படி அருணகிரியார் சொல்வாரா? நல்ல அறிவும் அநுபவமும் மரபும் தெரிந்தவர் சரியானபடி உணர்ந்து கொள்வார்கள் என்கிற நினைப்பில்தான் இந்த இரண்டையும் ஒரு சேர வைக்கிறார். முதலில் வள்ளி கல்யாணத்தைச் சொல்லி, பின்பு தட்சிணாமூர்த்தியின் கதையைச் சொல்கிறார்.

முன்னுக்குப் பின் முரணா?

"முருகன் பெருமாட்டியிடம் காதல் கொண்டது காமம். தட்சிணாமூர்த்தியின் தன்மை ஞானம்" என்று இரண்டையும் வேறு பிரித்துப் பார்க்கலாமா? இவை இரண்டும் ஒரு கதையின் இரு வேறு பிரிவுகள். ஒன்று மூலம்; ஒன்று முடிவு. முடிவை முதலில் சொல்லி, மூலத் தைப் பின்னே சொன்னார். கதையின் முதல் அத்தியாயத்திற்கும், கடைசி அத்தியாயத்திற்கும் தொடர்பு இருக்கும். அல்லவா?

அவர் அமைத்த சொற்களைக் கவனியுங்கள். "நீல வள்ளி முற்றாத் தனத்திற்கு இனிய பிரான்" என்கிறார். பிறகு,

"சங்க்ராம வேளும் பட, விழியால் செற்றார்க்கு இனியவன்" என்கிறார். இனிய பிரான் என்றாலும், இனியவன் என்றாலும் பொருள் ஒன்றுதான். 'வள்ளியெம்பெரு மாட்டியின் முற்றாத, இளமையையுடைய தனத்துக்கு இனிய பிரானாக இருந்து கொண்டே காமனைச் சங்காரம் பண்ணின சாமிக்கும் இனியவனாக நடிக்கும் பொல்லாத பிள்ளை போலிருக்கிறது!' எனத் தோன்றுகிறது அல்லவா?

பெரும் கவிகள் ஒன்றோடொன்று பொருத்தம் இல்லாதவை போல இப்படித்தான் சில கருத்துக்களை இணைத்து, அறிவுடையவர்கள் கண்டுகொள்ளட்டும் என்று வைப்பார்கள். அப்படியே முன்னால் முருகப் பெருமானைக் காமுகனாகத் தோற்ற வைத்து, "அப்படி" எண்ணிவிடுவது தவறு; இதன் உண்மையைப் புரிந்துகொள்ளுங்கள், பார்ப்போம்" என்று சொல்வாரைப் போலப் பின்னாலே அக்கருத்துக்கு முரண் பாடுள்ளது போன்ற ஒரு கதையை அருணகிரியார் சொல் கிறார்.

தட்சிணா மூர்த்தி

சிவபெருமான் ஞானசொரூபியாக, தட்சிணாமூர்த்தியாகக் கல்லால மரத்தடியில் தெற்குமுகமாக வீற்றிருந்தான். கல்லால மரம் என்றால் கல்லினாலே பண்ணின ஆலமரம் அல்ல. இது கல்லுக்கு நடுவில், மலைப் பாறை களுக்கு இடையில் முளைத்த சிறிய ஆலமரம். ஆதலாலே கல்லால மரம் என்று பெயர்; கல் இச்சி என்று இதைச் சொல்வார்கள். அந்த மரத்தின் அடியில் தட்சிணாமூர்த்தி யோக சமாதியில் அமர்ந்திருந்தான்.

சனகர், சனந்தனர், சனத் சுஜாதர், சனத்குமாரர் ஆகிய நான்கு பேர்களுக்கும் ஒரு சந்தேகம் வந்துவிட்டது. அவர்களோ நான்மறையும் ஆறங்கமும் கற்றுக் கேள்வியிலும் வல்லவர்கள். அவர்களுக்கு வேதத்திலே சந்தேகம் வர நியாயம் இல்லை; வேதத்தை நன்கு படித்தவர்கள்; அதைக்கொண்டே போக்கிக் கொள்ள முடியும். சாஸ்திரத்திலும் சந்தேகம் இல்லை; அவர்கள் வேதசாஸ்திர

அறிவின் தலைநிலத்திலே இருப்பவர்கள். அவர்களுடைய சந்தேகத்தைப் பேசித் தீர்க்கலாம் என்றால் அவர்கள் பேச்சிலும் வல்லவர்கள். அவர்கள் கேட்டறியாத பொருளும் இல்லை. அவர்களுக்கு ஐயம் உண்டாயிற்று என்றால் அந்த ஐயத்தை எவ்வாறு நீக்குவது? வேதத்திற்கு அப்பாற்பட்டதாய், சாஸ்திரத்திற்கு அப்பாற்பட்டதாய், கல்விக்கும் கேள்விக்கும் அப்பாற்பட்டதாய் எழுந்த அவர்களுடைய சந்தேகத்தை, பேசாத பேச்சினாலே, தன்னுடைய திருக்கரத்தினால் சின்முத்திரையைக் காட்டிச் சொல்லாமல் சொல்லி, அவர்களுடைய சந்தேகத்தை நீக்கிவிட்டான் தட்சிணாமூர்த்தி.

சின்முத்திரை

சித் என்பது ஞானம், சின்முத்திரை என்பது ஞானத்தின் அடையாளம். முன்பு ஒரு முறை இதைப் பற்றிச் சொல்லியிருக்கிறேன். ஆன்மா எப்போதும் மூன்று மலங் களோடு சேர்ந்திருக்கிறது. ஒரு கையில் ஐந்து விரல்கள் இருந்தாலும் நான்கு விரல்கள் ஒரு வரிசையிலும், ஐந்தாவதாகிய கட்டை விரல் அவற்றோடு சேராமல் தனித்தும் இருக்கின்றன. கட்டை விரல் தனித்து இருந்தாலும் அது மற்ற நான்கு விரல்களோடு சேராத காலத்து எந்த வேலையும் செய்ய முடியாது. பல காரியங்களைச் செய்யும் போது மற்ற விரல்களோடு கட்டைவிரலும் சேர்த்து உதவி புரிகிறது; வேலை செய்யாதபோது அவற்றோடு சேராமல் தனித்தே நிற்கிறது.

ஆன்மாக்கள் செய்கிற காரியங்களில் எல்லாம் இறைவன் உறுதுணையாக இருந்தாலும் அவன் இந்த உலகத் துக்கு அப்பாற்பட்டவனாக, மலங்களுடைய சம்பந்தம் இல்லாதவனாகவே இருக்கிறான்.

கட்டைவிரலுக்கு அடுத்தபடி சுட்டுவிரல் இருக்கிறது. அதை ஆள்காட்டி விரல் என்றும் சொல்வார்கள். "அதோ போகிறான் பார்" எனத் தெருவில் போகிற ஆளைக் காட்டுவதனால் அதற்கு ஆள்காட்டி விரல் என்று பெயர் வந்ததாகக் கூறுவர்.

அதையும் விடச் சிறப்பான பொருள் வேறு ஒன்று சொல்லலாம். ஆள் என்றால் அடிமை, ஏவலன் என்று பொருள். "ஆளான அடியவர்கட் கன்பன் தன்னை" என்று அப்பர் சுவாமிகள் பாடுகிறார். எல்லா ஆத்மாக்களும் இறைவனை நாடிச் செல்ல வேண்டிய ஆட்கள். ஆள் என்பது ஆன்மா. ஆளாகிய ஆன்மாவைக் குறிக்கிற விரல் ஆதலின் ஆள்காட்டி விரல் என்று பேர் வந்தது. ஆள்காட்டி விரல் ஆன்மாவைச் சுட்ட, கட்டை விரல் ஆண்டவனைச் சுட்டுகிறது.

ஆன்மா எப்போதும் மலங்களோடு சேர்ந்து நிற்கிறது. சுட்டுவிரல் கட்டைவிரலோடு சம்பந்தப்படாமல் மற்ற மூன்று விரல்களோடு சம்பந்தப்பட்டே இருக்கிறது. மலத்தோடு சம்பந்தப்பட்டு ஆன்மா தொழில்படும் போதும் அந்தத் தொழில்களுக்கு இறைவன் உதவியாக இருப்பது போலவே, கட்டை விரலானது மற்ற மூன்று விரல்களோடு சேர்ந்து ஆள்காட்டி விரல் தொழில்படும்போது கூட நின்று உதவுகிறது. இறைவன் மலத்திற்கு அப்பாற்பட்டவனாக இருப்பது போல் கட்டை விரல் தனியே இருக்கிறது.

இறைவன் பதி, ஆன்மா பசு, மலங்கள் பாசம். ஆன்மா பாசத்தோடு சம்பந்தம் உடையதாக இருக்க வேண்டும்; அல்லது பதியோடு தொடர்புடையதாக இருக்க வேண்டும். பாசத்தோடு சம்பந்தமுடையதாக இருக்கும் போது பல விதச் செயல்களைப் புரிந்து இன்ப துன்ப நுகர்ச்சிகளை அடைகிறது. பதியோடு சேர்ந்துவிட்டால் பாசம் கழன்றுவிடும். பதிக்கு மல சம்பந்தம் இல்லை. பதியோடு ஒன்றாக இணைந்து விட்ட பசுவுக்கும் மல சம்பந்தம் இல்லாமற் போகிறது.

தட்சிணாமூர்த்தி என்ன செய்தான்? ஆள்காட்டி விரலையும், கட்டைவிரலையும் சேர்த்து, பிற மூன்று விரல்களும் தனித்து நிற்கும்படி சின் முத்திரையைக் காட்டினான்.

பாசத்திலிருந்து ஆன்மா விடுதலை பெற வேண்டுமானால் பதியோடு சேர்ந்திருக்க வேண்டும் என்கிற பொருளை அந்த

ஞான முத்திரையினால் அவன் உணர்த்தினான். இறைவனுடைய தொடர்பு இல்லாமல் யாருக்கும் இருக்க முடியாது. எப்பொழுதும் இறைவனுடைய தொடர்பு இருக்கிறது. சுட்டு விரல் மற்ற மூன்று விரலோடு சேர்ந்து தொழில் படும் போது கட்டைவிரல் தானே போய்ச் சேர்ந்துகொண்டு அதற்கு உறுதுணையாக இருக்கிறது. அப்படிச் சேர்வது போதாது; மூன்றையும் விட்டுப் பெருவிரலோடு இணைய வேண்டும்.

நாம் மூச்சு விடுகிறோம். உண்ணுகிறோம். உறங்குகிறோம். பலவிதமான தொழில் செய்கிறோம். அப்போது எல்லாம் இறைவனுடைய தொடர்பு இருக்கிறது என்றாலும், ஆத்மா மலங்களோடு சேர்ந்தே தொழில்படுகிறது. அதனால் இறப்பு, பிறப்பு என்னும் பிணிக்கு உள்ளாகிறது. அது என்றைக்கு இறைவனோடு ஒன்றிவிடுகிறதோ அப்போது முத்தியின்பம் பெறுகிறது. அந்த முத்தியை அடைவதற்குரிய உபதேசத்தைச் சின்முத்திரையினாலே குறிப்பித்தான் தென்முகக் கடவுள்.

தென் முகம் ஏன்?

அவன் ஏன் தெற்கு முகம் நோக்கி இருந்து காட்ட வேண்டும்? நாம் எந்தக் காரியத்தையும் தெற்கு முகம் நோக்கிச் செய்வதில்லை. ஆனால் பரமேசுவரனாகிய குருநாதன் அடியார்களுக்கு அருள் செய்வதற்காக, அடியார்களுடைய பகைவனை அழிப்பதற்கு ஆயத்தமாகத் தெற்கு முகம் நோக்கி உட்கார்ந்திருக்கிறான். நடராஜனாகக் காலைத் தூக்கிக் கொண்டு நிற்கும்போதும் தென்முகம் நோக்கிநிற்கிறான். பகைவன் முன்னால் இருக்கும்போது அவனுக்கு முதுகு காட்டுவது வீரனுக்கு அழகல்ல. அவனை நேர் நின்று எதிர்க்க வேண்டும். சங்கநூல்களில் "கடந்தடும்" என்று ஒரு தொடர் வரும். அதற்கு உரையாசிரியர்கள், 'வஞ்சி யாது எதிர் நின்று கொல்லும்' என்று உரை எழுதுவார்கள். அதுதான் சுத்த வீரம்.

நமக்கு மிகவும் துன்பத்தைத் தருகின்ற மரணத்தை விளைக்கும் காலனைத் தென்னவன் என்றும் "தென்புலக்கோன்" என்றும் கூறுவர்.

"சட்டத்தென்னவன் தன்கடா வேந்தனை
வெட்டி"

என்பது தக்கயாகப் பரணி.

"தென் புலக் கோன் பொறியொற்றி"

என்பது பெரியாழ்வார் திருமொழி. யமன் தென்திசைக்குத் தலைவன்.

நம்முடைய பகைவன் யார்? இறப்பும் பிறப்புந்தான் நமக்குப் பகை. இறப்புத்தான் பெரும் பகை; கொடும் மரணம் இல்லாத வாழ்வு நமக்கு வந்துவிட்டால் பிறகு துன்பம் இல்லை. அந்த இறப்பு என்பதைப் பருப் பொருளாக உருவாகக் காட்டி யமன் என்றார்கள். யமன் நமக்கு மரணத்தை விளைவிக்கிறான் என்றார்கள். மரணம் என்ற நினைவை உண்டாக்குகின்றவனாக அவனை வைத்தார்கள்.

அவனை ஏன் கிழக்கே இருப்பவனாக வைக்கக்கூடாது? மேற்கே கூட வைத்திருக்கலாமே! தெற்கே ஏன் வைத்தார்கள்?

தெற்கும் வடக்கும்

நம்முடைய பாரத நாட்டில் கிழக்கிலும் மேற்கிலும் கடல்கள் இருக்கின்றன. வடக்கே போகப்போக நிலப்பரப்பு விரிந்துகொண்டே போகிறது. ஆனால் தெற்கே வரவரக் குறுகிக் கொண்டே வருகிறது. கடைசியில் ஆழமான கடல் வருகிறது. வடக்கே போகப் போக மனிதன் உயர்ந்து கொண்டே போகிறான்; மலையின் உச்சிக்கே போய் விடுகிறான். தெற்கே போகப் போகக் கடலில் தான் போய் வீழ்ந்து மூழ்க வேண்டும். இதைப் பூகோளமே சொல்கிறது. வாழ்வு வளம் பெற்று உயர்வு பெற்று உய்வு பெற அருள்

வழங்கும் பரமேசுவரனை வடக்கே உள்ள இமாசலத்தின் உச்சியிலே வைத்தார்கள். மரணம் என்பது தெற்கே இருந்து வருவதாகச் சம்பிரதாயமாக வைத்தார்கள். மரணத்தைத் தருகிறவனும் அதை நீக்குகிறவனும் எதிரிகள். ஒருவன் தெற்கே இருக்கிறான்; மற்றவன் வடக்கே இருக்கிறான். ஒருவன் பள்ளத்தில் இருக்கிறான்; மற்றவன் மேட்டில் இருக்கிறான்.

மனிதர்களுக்குப் பகைவனாக இருக்கிறவன் தென்னவன்; அல்லது காலன், நம்முடைய பகைவனைத் தன்னுடைய பகைவனாக நினைந்து அவனை அடக்குவதற்கு ஆயத்தமாக இருப்பவனைப் போலத் தெற்கு நோக்கித் தட்சிணாமூர்த்தி அமர்ந்திருக்கிறான். கையில் அம்பு முதலிய கருவிகளை வைத்துக் கொண்டு செய்யும் போர் அல்ல இது. அஞ்ஞானத்தை ஞானத்தினாலே ஒழிக்கும் போர். மரணத்திற்குக் காரணமாக உள்ள காலனை, அஞ்ஞான உருவத்தை, ஒழிப்பதற்காக ஞானாசிரியனாகிய தட்சிணாமூர்த்தி சின்முத்திரையோடு, ஞான அடையாளத்தோடு, தெற்கு நோக்கி வீற்றிருக்கிறான்.

தேவர்களின் கவலை

எல்லா உயிருக்கும் உயிராய் இருக்கிற இறைவன் தென் முகம் நோக்கிச் சின்முத்திரையோடு யோகத்தில் அமர்ந்து விட்டான் என்றால் உலகம் எல்லாம் செயல்படுமா? அவன் யோகத்தில் அமர்ந்தான். உலகமே யோகத்தில் அமர்ந்து விட்டது. யாரும் சிந்திக்கவில்லை: தொழில் செய்யவில்லை. ஆடவர்கள் பெண்களை நாடிப் போகாமல் அப்படியே தவத்தில் அமர்ந்து விட்டார்கள். பெண்களும் அப்படியே. இப்படி இருந்தால் உலகம் என்ன ஆவது? நல்லவர்கள் ஒன்றும் செய்யவில்லை என்றால் தேவர்களுக்கு வாழ்வு எங்கே? சூரபன்மன் முதலிய அசுரர்கள் தேவர்களை வருத்தத் தொடங்கி விட்டார்கள். தேவர்களுடைய அரசை, அடித்துப் பிடுங்கிக் கொண்டு அவர்களை விரட்டி விட்டார் கள். நல்லவர்கள் செயல்படாது

ஒடுங்கி விட்டால் கெட்ட வர்களுடைய செயல்கள் தாமே ஓங்கி நிற்கும்?

அப்போது தேவர்கள் ஒன்று கூடி யோசித்தார்கள். இதற்கு என்ன செய்வது? தூங்கு மூஞ்சிச் சாமியை எழுப்பியாக வேண்டுமே! யோகத் தூக்கத்திலிருந்து விழிப்புறச் செய்ய வேண்டுமே! அவர் விழித்தால் அல்லவா உலகம் உய்வு பெறும்? அவரை எப்படி விழிப்படையச் செய்வது?' என்று கூடி ஆலோசித்தார்கள். "மன்மதனை அனுப்ப வேண்டியது தான்; உலகத்தைக் காப்பாற்றும் பிள்ளை நமக்கு வேண்டுமானால் இப்போது மன்மதன்தான் வேலை செய்தாக வேண்டும்" என்று முடிவு செய்து அவனை அனுப்பித் தட்சிணாமூர்த்தியின் தியானத்தைக் கலைக்கச் சொன்னார்கள். அந்த ஞானமூர்த்தியின் முன்னால் அவன் உடம்பெல்லாம் நடுங்கப் போய் நின்றான்.

காமன் செயல்

உலகத்தையே மயக்குகிறவன் மன்மதன். அவன் அழகு மிக்கவன்; மென்மை மிக்கவன்; மதுரமானவன். அவனுடைய அரசு, படைகள் எல்லாம் அழகியவை. அழகுதான் மன்மதனுடைய ராஜ்யம். அவன் கையில் இருக்கிற வில் கரும்பு; அது இனியது. அந்தக் கரும்பு வில்லுக்கு வண்டு களின் கூட்டமே நாண். வண்டின் ரீங்காரமே நாணொலி என்றால் எவ்வளவு இனிமையாக இருக்கும்! நாணில் வைத்துப் பூட்டுகின்ற அம்புகளோ ஐந்து மலர்கள். மலர்கள் அழகுக் குவியல்கள். அவனுக்குமுன் ஊதும் திருச்சின்னம் குயில், அவன் கூடவே இருக்கிற துணைவன் வசந்தன். அவனுக்கு யானை இரவு. குதிரை கிளி. தேர் தென்றல். முரசு கடல். அவனுடைய படை பெண்கள். இப்படிக் காமத்தைத் தூண்டும் பொருள்களை எல்லாம் வைத்திருக்கிறவன் காமன்; எவ்வளவு அழகான கற்பனை பாருங்கள்!

ஞானமூர்த்தி கல்லால மரத்தடியில் ஞானமுத்திரையோடு யோகத்தில் ஆழ்ந்திருந்தான். அவனுடைய யோகத்திற்கு

இடையூறு விளைவிக்கக் காமன் வந்தான். அவன் வரும் போதே தென்றல் மெல்ல மீதூர்ந்து வந்து தென்முகக் கடவுளின் உடலைத் தழுவிற்று. இராத்திரியாகிய யானை மதம் பொழிய நின்றது. அவனுடைய காகளமாகிய குயில்கள் கூவ ஆரம்பித்துவிட்டன. இவை எல்லாம் எம்பெருமானுடைய தியானத்தைக் குலைத்துவிடுமா?

சாதாரண மனிதர்களாக இருந்தால் இதற்குள்ளேயே ஆடிப் போயிருப்பார்கள். மன்மதன் தன் கையிலுள்ள கரும்பு வில்லில் மலர் அம்பைப் பூட்டிக்கொண்டு விடலாமா, வேண்டாமா என்று தயங்கித் தயங்கி நின்றான். அவன் உடம்பெல்லாம் நடுங்கியது. அவன் உயிர் தப்ப வேண்டுமென்றால் அந்தக் காரியத்தை அவன் செய்யக் கூடாது. ஆனால் உலகம் எல்லாம் உய்வு பெற வேண்டுமென்றால் அதைச் செய்து தானே ஆகவேண்டும்? வேறு வழி என்ன? உலகம் வாழ வேண்டும் என்று நினைத்தான், மன்மதன். தன்னுடைய வில்லிலிருந்து மலர் அம்புகளை எம்பெருமானின் திருவடியில் அர்ச்சனை செய்வது போலத் தொடுத்தான்.

காம சங்காரம்

ஞானமூர்த்தி மெல்ல நெற்றிக்கண்ணைத் திறந்தான். திறந்த மாத்திரத்தில் மன்மதன் எரிந்து சாம்பலாகி விட்டான்.

"அன்புடையார் உலகத்தில் வாழ்வார்கள்; அன்பு இல் லாதவர்கள் அறக் கடவுளால் தண்டிக்கப்படுவார்கள்" என்பர். "கடவுளுக்கு இவ்வளவு பட்சபாதமா?" என்று கேட்கலாமா?

கதிரவன் தோன்றுகிறான். சுடர்விடும் அவன் பொற் கிரணங்களைக் கண்டு தாமரைகள் மலர்கின்றன. சூரியன் தாமரையை மலரச் செய்கிறான் என்று சொல்கிறோம். அவனுடைய கிரணம் பட்டு எலும்பு இல்லாத புழுக்கள் செத்துப் போகின்றன. சூரியன் புழுக்களைக் கொல்கிறான் என்று சொல்கிறோம். அப்படிச் சொன்னாலும், தாமரை மலர்வதும் இறப்பதும் தாமே நிகழ்கின்றன. அவன் இந்த

இரண்டு காரியங்களையும் விரும்பிச் செய்யவில்லை. அவன் எல்லாவற்றுக்கும் நடுநிலையில் நின்று தனக்கு இயல்பாக உள்ள கதிர்களோடு தோன்றுகிறான்.

"என்பி லதனை வெயில்போலக் காயுமே
அன்பி லதனை அறம்"

என்றார் வள்ளுவர். சூரியனுடைய சுடரைக் கண்டு தாமரை மலர்கிறதற்குக் காரணம் அதைத் தாங்கிக் கொள்ளும் சக்தி அதற்கு இருப்பதுதான். எலும்பு இல்லாத புழுக்கள் செத்துப் போகின்றன என்றால் அவற்றிற்குத் தாங்கும் சக்தி இல்லை. எப்படி வெயில் எலும்பு இல்லாத புழுக்களைக் கொன்று விடுமோ அப்படி அன்பு இல்லாதவர்களை அறக் கடவுள் கொன்றுவிடும் என்று சொன்னார். கொல்லப்படுவதற்குக் காரணம் கதிரவன் அல்ல. அவற்றின் வலியின்மையே இறந்துபடுவதற்குக் காரணமாகிறது. சூரியனுடைய ஒளி பொது. தாமரை அதைத் தாங்கும் ஆற்றல் உடையது; அதை ஏற்று மலரும் தன்மை உடையது. எலும்பு இல்லாத புழுவோ அதைத் தாங்கும் சக்தியற்றதாகையால் இறந்து போகிறது.

அவ் வண்ணமே, தட்சணாமூர்த்தி காமனை எரிக்க வேண்டுமென்று நெற்றிக் கண்ணைத் திறக்கவில்லை. ஞான மூர்த்தி, யோக சமாதியில் அமர்ந்திருந்த தவப் பெருமான் க தன் ஞானக் கண்ணைத் திறந்தான், ஞானத்திற்கு முன்னால் காமம் நிற்குமா? ஞானத்தின் வலிமையைத் தாங்கும். வல்லமை இல்லாத மன்மதன், தன்னுடைய பலவீனத்தால் எரிந்து போனான். காமன் இறந்துவிட்டானே என்று அவன் துணைவி ரதி வருந்த, "யாக்கை இல்லாதவனாகவே அவன் இனியும் இயங்குவான். ஆனால் உனக்கு மட்டும் யாக்கை உடையவனாகத் தோன்றுவான்" என்று சிவபெருமான் வரம் அளித்தான்.

முருகன் அவதாரம்

அப் பெருமானுடைய யோகம் கலைந்துவிட்ட மகிழ்ச்சி யினால். திரும்பவும் அவன் யோகத்தில் அமர்ந்து

விடுவதற்குள் அவனிடம் ஓடிச் சென்று காலில் விழுந்த தேவர்கள் தங்களுடைய துயரத்தைச் சொல்லி, "நாங்கள் உய்வுபெற ஒரு குமாரனை வழங்கவேண்டும்; உலகம் ஒரு குமாரனை விரும்புகிறது" என்று வேண்டி இறைஞ்சினார்கள். சிவ பெருமானுடைய அருள் பின்னும் விரிவுபட வேண்டும். என்பது அவர்களுடைய அவர். ஆதலின்,

"ஆயவெஞ் சூரன தாவி நீக்கவோர்
சேயினை அருளவான் சிமைய மாகிய
மீயுயர் வரையிடை மேவி நோற்றிடும்
மாயையின் மனைவியை மணத்தல் வேண்டும்நீ"

என்று வேண்டிக் கொண்டார்கள். பிறகு இறைவன் பார்வதியை மணந்து கொண்டான். அப்பால் எம்பெருமான் கண்களிலிருந்து ஆறு பொறிகள் எழுந்தன. அவற்றிலிருந்து குமாரன் தோன்றினான் இந்த வரலாறு நமக்குத் தெரியும்.

மாரனுடைய சமாதியின் மேலே குமாரன் பிறந்தான். மன்மதனை எரித்ததும் குமாரனைத் தோற்றுவித்ததும் நெற்றிக்கண்ணே. ஒரு காரியம் செய்வதற்கு முன் அதற்கு ஏற்ற மனநிலையில் *(Mood)* இருக்க வேண்டும் என்பார்கள்.. உலகத்துக் குமார ஜனனம் போன்றதன்று முருகன் திரு அவதாரம். அது காம சம்பந்தமே இல்லாதது.ஞானமாக விளைவது. ஆதலின் அந்த நிகழ்ச்சி தோன்றுவதற்கு முன் காமன் யார் கண்ணிலும் படாதபடி ஒழிந்தான்.

வேளைச் செற்றார்க்கு இனியவன்

தென்முகக் கடவுளாகிய ஞானமூர்த்திக்கு இனியவனாக ஞானபண்டித சாமியாகத் தோற்றியவன் முருகன் என்பதை அருணகிரியார் கூறுகிறார்.

இக்கு முல்லையுடன்
பற்று ஆக்கையும் வெந்து, சங்க்ராம
வேளும் பட விழியால்
செற்றார்க்கு இனியவன்.

இக்கு என்பது இக்ஷு என்ற வடசொல்லின் திரிபு. இக்கு - கரும்பு. அது மன்மதனுக்கு வில். அவனுடைய வில்லாகிய கரும்பு இனிப்புடைய பொருள். அதிலே அவன் தன்னுடைய அம்பாகிய ஐந்து மலர்களை வைத்துத் தொடுக்கிறான். தாமரைப்பூ, மாம்பூ, அசோகம்பூ, முல்லைப் பூ, நீலோற்பல மலர் என்னும் ஐந்தும்அவனுடைய அம்புகள். பரமேசுவரன் தவநிலையில் இருக்கும்போது இந்த மன்மதன் முதலில் தாமரைப் பூவாகிய பாணத்தை விடுத்தான். அது தன்னுடைய மென்மையையும் தண்மையும் மணத்தையும் பரப்பிக்கொண்டு போய் எம்பெருமானின் திருவடியில் வீழ்ந்தது.

மலரம்புகள்

காமன் தாமரை மலரை எய்தால் அது மற்றவர்களுக்குத் தம் காதலிமார் நினைவை இருதய தாமரையிலே உண்டாக்கிவிடும். காதலன் எங்கோ இருக்கிற தன் காதலியை நினைக்க ஆரம்பிப்பான். மன்மதனுடைய அடுத்த பாணம் மாம்பூ. அது வசந்த காலத்தில் பூக்கிறது. மாம்பூப் பட்டவுடனேயே உடம்பெல்லாம் வெப்பம் உண்டாகிப் பசலை தோன்றும். உடம்புக்குப் பிரிவினாலே உண்டாகின்ற நிறத்தைப் பசலை என்பார்கள். தாமரை எய்தவுடன் நினைப்புண்டாகி, மாம்பூ எய்தவுடன் பசலை பூக்கும். அவனுக்கு உற்சாகம் எல்லாம் போய்விடும்.

காதலியைக் காணோமே என்று ஏங்கி ஏங்கிச் சோர்ந்து உட்கார்ந்து விடுவான். எந்த வேலையிலும் ஊக்கம் இருக்காது. அடுத்த மூன்றாவது பாணமாகிய அசோகம் பூவை எய்தவுடன் செயலற்றுப் போய்விடுவான். அசோக மலர் வேனிற் காலத்தில் செக்கச்செவேல் என்ற நிறத்துடன் மலரும். அந்த அம்பைக் காமன் விட்டவுடன் காதலன் தன்னுடைய சூழ்நிலையையும், வேலையையும் மறந்து காதலியின் நினைவாகவே சமைந்து போய் உட்கார்ந்துவிடுவான். அன்ன ஆகார நினைப்புகூட இல்லாமல் அமர்ந்து விடுவான். அடுத்தாற்போல மன்மதன் தன்னுடைய நான்காவது

அம்பாகிய முல்லையை விடுத்தானோ இல்லையோ, கொஞ்ச நஞ்சம் இருந்த உணர்ச்சியும் போய்ப் பிணம் போலக் கிடப்பான்; காதலி வந்தால் பிழைப்பான்; இல்லையானால் மன்மதனுடைய ஐந்தாவது பாணமாகிய நீலோற் பலத்தை எய்தவுடனே இறந்து படுவான். ஐந்து மலரம்புகளாலும் இன்ன இன்ன விளைவு உண்டாகும் என்பதை ஒரு பாட்டுச் சொல்கிறது.

"நினைக்கும் அரவிந்தம்; நீள்பசலை மாம்பூ;
அனைத்துணர்வும் நீக்கும் அசோகு;-
நுனித்துணரின்
முல்லைகிடை காட்டும்; முழுநீலம் மாதராய் ; கொல்லும்:மதன்
அம்பின் குணம்."

இங்கே பரமேசுவரனுடைய கருணையையும், மன்மதனுடைய குறும்பையும் எடுத்து விளக்குவார் போன்று அருணகிரியார் காமனுடைய நான்காவது அம்பாகிய முல்லையைச் சொல்கிறார்.

இக்கு முல்லையுடன்
பற்று ஆக்கையும் வெந்து.

எப்போதுமே அருணகிரியார் புராணக் கதைகளை அழகு படுத்திச் சொல்வது வழக்கம்.

மன்மதன் தன்னுடைய கரும்பு வில்லில், தாமரை யாகிய முதல் அம்பை வைத்துத் தொடுத்துப் பரமேசுவரனது தியான சமாதிக்குப் பங்கம் விளைவித்த போதே இறைவன் தன்னுடைய நெற்றிக் கண்ணைத் திறந்து அவனை எரித்திருக்கலாம். 'போனால் போகிறது. தன்னுடைய அறியாத் தனத்தால் செய்கிறான். ஞானமூர்த்தி தன்னுடைய ஞானக் கண்ணை விழித்தால் காமம் எரிந்து விடும் என்பது கூடத் தெரியாமல் விளையாடுகிறான்' என்று விட்டுவிட்டான்: கண்ணைத் திறக்கவில்லை. மன்மதன் சும்மா போயிருக்கக்கூடாதா? தன்னுடைய இரண்டாவது அம்பாகிய மாம்பூவைத் தொடுத்தான். எம்பெருமானின் திருமேனி காமத்

தீயினால் அலைப்புற்றுப் பசலை பூத்தால் தியானம் கலைந்துவிடும் என்பது அவன் நினைவு. மன்மதன் இரண்டாம் முறையாகத் தவறு செய்த போதிலும் இறைவன் தன்னுடைய சிறந்த கருணையினால் பேசாமல் தான் இருந்தான். மூன்றாவது பாணமாகிய அசோகத்தையும் விட்டு விட்டான் மன்மதன். ஒருமுறை தவறு செய்தாலே நாம் பொறுக்கமாட்டோம். மன்மதன் மூன்றாம் முறையாகச் செய்த பிழையையும் பொறுத்துக்கொண்டு எம்பெருமான் சும்மா இருந்தான்.

ஆனால் நான்காவது பாணமாகிய முல்லையை எடுத்து வில்லில் பூட்டினான். இனியும் பொறுக்கலாமா? ஏதோ ஒரு முறை தெரியாது செய்து விட்டான் என்று விடலாம். இறைவன் மூன்று முறையும் பொறுத்துக் கொண்டான். மூன்று முறை பொறுப்பது என்பது பெரியவர்கள் வழக்கம். அதற்கு மேல் தண்டிப்பதுதால் முறை. நான்காவது முறையாகக் காமன் தவறு இழைக்கக் கரும்பு வில்லில், வண்டு களென்னும் நாணிலே, முல்லையாகிய அம்பை எடுத்து வைத்தானோ இல்லையோ, ஞானமூர்த்தி தன் கண்ணைத் திறந்து விட்டான். எல்லாம் வெந்துவிட்டன. கரும்பு வில் எரிந்தது:-

அதிலே கட்டிய நாண், பூட்டிய முல்லையம்பு, வில்லைப் பிடித் திருந்த கை, உடம்பு எல்லாமே எரிந்து சாம்பலாகிவிட்டன.

சங்க்ராம வேளும் பட

சங்க்ராம வேள்-போர் செய்த மன்மதன். ஆண்டவன் செய்த தவத்திற்கு உதவியாக மன்மதன் அவனுக்கு வேண்டிய பணிவிடைகளைச் செய்துகொண்டு, அவனுடைய திருவடியை மலரால் அர்ச்சித்துக்கொண்டிருந்தானால் ஆண்டவன அவனுக்கு அருள் செய்திருப்பான். இப்போதும் மலர்களை எடுத்து வந்தான்; அர்ச்சிப்பதற்காக அல்ல. அம்பாகத் தொடுத்துத் தவத்திலே வீற்றிருக்கிற பெருமானின்

தவத்தைக் குலைக்க வந்தான். சங்க்ராம வேளாக, சண்டை போடும் காமனாக, வந்தான். ஞான மூர்த்தியின் திருக்கண் பட்ட மாத்திரத்திலே பட்டான்; அழிந்தான். அந்த ஞானமூர்த்தியின் கண்களிலே தான் மற்றொரு வேளும் வந்தான். கருவேள் வெந்தான்; செவ்வேள் வந்தான். “செவ்வேளைத் தோற்றுவித்த கண் கருவேளைச் சுட்டெரிக்கலாமா?" என்றால் அவர்களுடைய பலத்திற்கும் பலவீனத்திற்கும் ஏற்றபடி விளைவு நேர்ந்தது.

இக்கு முல்லையுடன்
பற்றாக்கையும் வெந்து சங்க்ராம வேளும்
பட விழியால்
செற்றார்க்கு இனியவன்.

மன்மதனைக் கண்ணாலே அழித்தவனுக்கு இனிய பிரானாகச் செவ்வேள் தோன்றினான். அஞ்ஞானம் அழிந்து ஞானம் தோன்றினால், காமம் அழிந்து காமனுடைய சமாதியிலே ஞானம் உருவெடுத்து நின்றால். அது ஞானப் பெருமானின் கண்ணுக்கு இன்பம் அளிக்காதா' ஞானமூர்த் திக்கு இனியவனாகிய இவன் யார் தெரியுமா? "இவன்தான் நான் முன்னாலே சொன்னேனே: தினைக்கொல்லையிலே கிளி ஓட்டிக் கொண்டிருந்த வள்ளியை நாடிச் சென்றவன்; வள்ளியின் பக்குவம் தெரிந்து நாடி ஓடியவன்" என்கிறார் அருண கிரியார்.

வள்ளி நாயகியின் நிலை

முருகனை அடைவதற்கு முழு உரிமையை உடைய வள்ளி, தான் யார் என்பதை உணர்ந்து கொள்ளாதவளாய்க் குறச் சிறுமியாய்த் தினைப்புனம் காத்துக்கொண்டிருந்தாள். அவள் காவல் புரிந்து கொண்டிருந்த புனம் எப்படி இருந்தது? விளைந்த தினைக் கதிர்கள் எவ்வாறு இருந்தன?

நெற்றாப் பசுங்கதிர்ச் செவ்வேனல்.

முருகன் இளையவன். வள்ளியெம்பெருமாட்டி இளையவள். அப்பெருமாட்டி காவல் புரிந்துகொண்டிருந்த புனத்தில் இருந்த தினைக் கதிர்களும் இளமை நிலையிலேயே இருந்தன. அவை இன்னும் முதிரவில்லை; கதிர்கள் முற்றவில்லை.

கவிஞரின் புதிய படைப்பு

நெற்றா-நெற்று ஆகாத. நெற்று என்பது பெயர்ச் சொல். அதன் அடியாக நெற்றா என்ற எதிர்மறைப் பெய ரெச்சத்தை உண்டாக்கிக் கொண்டார் அருணகிரியார். நெற்றுதல் - நெற்றாதல்; நெற்றாத - நெற்று ஆகாத; அது ஈறு கெட்டு நெற்றா என்று நின்றது.

பெரிய கவிகள் இப்படித்தான் புதுப் புதுச் சொற்களை உண்டாக்குவார்கள். கம்பன் சில புது நடைகளை உண்டாக்கி இருக்கிறான்.

"ஓம் நராயணாய"

என்று ஓர் இடத்திலே அவன் உபயோகப்படுத்துகிறான். 'கம்பன் போன வழி, என்று ஒரு வழக்கு உண்டு. அவன் இலக்கணம் அறிந்தவன். இலக்கணம் அவனிடம் நிரம்பி வழிந்தது. அவன் பழைய மரபை மாற்றிப் புதிதாக ஒன்று சொன்னால் அதுவே இலக்கணமாகிவிடும். இது பெருங் கவி ஞர்களின் உரிமை.

'கம்பன் இலக்கண வரம்பை மீறித் தன் விருப்பப்படி சொல் அமைக்கிறானே; நாங்களும் ஏன் அப்படிப் புனையக் கூடாது?' என்பதுபோலக் காளமேகம் வேடிக்கையாக ஒரு பாட்டுப் பாடியிருக்கிறார்.

"நாரயண நராயணனைனென் றேகம்பன்
ஓராமற் சொன்ன உறுதியால்-நேராக
வாரென்றால் வர்என்பேன்; வாளென்றால்

வள் என்பேன்
நாரென்றால் நர்என்பேன் நன்.”

பெரும்புலவர்கள் தாம் எழுதுவதே இலக்கணமாக, சட்டமாக ஆக்கிவிட்டுப் போகிறார்கள்.

அருணகிரிநாதப் பெருமான் இறைவன் அருள்பெற்ற பெரும்புலவர்;

"யாம் ஓதிய கல்வியும்எம் அறிவும்
தாமே பெற வேலவர் தந்ததனால்"

என்று முருகனைக் குருவாகக் கொண்டு கலைநலம் பெற்ற அருட்கவிஞர், அவர் சொல்லிலும் பொருளிலும் யாப்பிலும் பல புதுமைகளைப் புகுத்தியிருக்கிறார்.

எம்பெருமானின் திருக்கரத்திலுள்ள வேலை ஞான வேல் என்று பெரியவர்கள் சொன்னார்கள். அருணகிரியார் ஞானத் தரும் கருவிகளாகிய வேதமும் ஆகமமும் வேலாயுதமாக இருக்கின்றன என்று புலப்படுத்தி, "வேதாகம சித்ரவேல்'' என்று ஒரு புதுக் கருத்தைச் சொன்னார். 'இப்படி யாரும் சொல்லவில்லையே!' என்று கேட்க முடியுமா? அவருக்குப் புதிய கருத்தையும் புதிய சொல்லையும் படைக்கும் உரிமை இருக்கிறது.

இங்கே நெற்று என்ற பெயர்ச்சொல்லின் அடியாக வினையை உண்டாக்கி நெற்றா என்ற எதிர்மறைப் பெயரெச்சத்தை அமைக்கிறார். நெற்றாத என்பது நெற்றா என்று விகாரமாய் நின்றது.

நெற்றாப் பசுங்கதிர்ச் செவ்வேனல் காக்கின்ற.

இன்னும் நெற்று ஆகாத, முற்றாத பசுமை நிறத்தை உடைய கதிர்களையுடைய சிவந்த தினைப்புனத்தை வள்ளி காவல் காத்துக் கொண்டிருந்தாள். தினையின் மேல்நிறம் சிவப்பாதலால் செவ்வேனல் என்றார். இளமை மாறாத

கதிர்களை உடைய செந்நிறம் பெற்ற தினைக்கொல்லையைக் காவல் புரிகின்ற வள்ளியின் காதலன் முருகன்.

நீல வள்ளி.

நீலம் என்பது கருமையும் பசுமையும் கலந்த ஒரு தோற்றம். உமாதேவியின் திருமேனி அத்தகையது. பச்சைப் பசுங்கொடிபோல நீல நிறத்தையுடைய வள்ளி பச்சைப் பசுங்கதிர் உள்ள தினைப்புனத்தைக் காத்துக் கொண்டிருந்தாள்.

வள்ளியின் பக்குவம்

நெற்றாப் பகங்கதிர்ச் செவ்வேனல் காக்கின்ற
நீலவள்ளி
முற்றத் தனத்திற்கு இனிய பிரான்.

முற்றாத செவ்வி அவளுடைய கனிந்த பக்குவத்தைக் காட்டுகிறது. தனம் பருவத்தைக் காட்டுகின்ற அடை யாளம் ; நாயகனைப் பெறுவதற்குரிய பருவத்தை அடைந்து விட்டாள் என்பதற்குரிய அடையாளம். மற்றப் பெண்களுக்கு ஏற்படும் பருவம் போன்றது அன்று இது. பேமரசுவரனுடைய ஞானக் கண்களிலிருந்து தோன்றிய ஞான பாஸ்கரனை அடைவதற்குரிய பக்குவம் ஆன்மாவாகிய வள்ளிக்கு உண்டாயிற்று.ஆன்மா முதிர்ச்சியை அடைந்தது. அவளிடத்திலே தோன்றிய பருவதத்தின் அடையாளத்தைக் கண்டு முருகன் தானே வலிய வந்து அவளை ஆட்கொண்டான்.

அன்று வந்தவன் யார்? காமம் தன்னுடைய எல்லையிலே கூட வராதவாறு காம சங்காரத்திற்குப் பிறகு தோன்றிய குமாரநாதன். ஞானமயமாகத் தோன்றிய பெருமான் உள்ள இடத்தில் அஞ்ஞானமயமான காமம் இருக்க முடியுமா? அவன் அருளைப் புணையாகக் கொண்டு அல்லவா கலங்காத சித்த உறுதியுடன் வெங்காம சமுத்திரத்தைக் கடந்தார் அருணகிரிநாதப் பெருமான்?

அந்த ஞானக் கதிரவனையே நினைந்து வாழ்பவர்களுக்குக் காம மயமான அஞ்ஞானம் அருகில் கூட வராது. அவனை நினைப்பவர்களுக்கு ஞானம் தோன்றுகிறது. ஞானம் தோன் றியவுடன் மனப் பக்குவம் முதிர்கிறது. பக்குவம் முதிர்ந்த ஆன்மா இறைவனோடு ஒன்றுபடுகிறது.

வள்ளியெம்பெருமாட்டி ஓரளவு முருகனை நினைந்து காட்டில் வாழ்ந்தாள். அவளை அறியாமலே அவளுடைய பக்குவம் முதிர்ந்து கொண்டிருந்தது. வேடிச்சியாக வாழ்ந்த அவளுடைய வாழ்வில் வேடன் ஒருவன் வந்தால் தன்னைப் பற்றிய நினைப்பை மறந்து அஞ்ஞானமயமான காம வாழ்வில் இறங்கி விடுவாளோ என்று சோதிக்க வேடனாக வந்தான் முருகன். ஒருவரைத்தான் அடையவேண்டும் என்று எப்போதும் நினைத்துக் கொண்டிருப்பாள் காதலி. இந்த எண்ணம் உறுதிப்பாடுடையதானால் அவள் வேறு யார் வந்தாலும் திரும்பிக்கூடப் பாராமல் வெறுத்து ஒதுக்குவாள். யார் மாட்டுக் காதல் உண்டானதோ அவனை அடைய முயலுதல், அதற்குத் தடையாக இருப்பவர்களை வெறுத்தல் என்று இரண்டு வகையான இயல்புகள் அவள்பால் தோன்றும்.

முருகன் செய்த சோதனை

முருகனை அடையவேண்டும் என்கிற நினைபோடு இருந்தவள் வள்ளி. அதற்குரிய பக்குவத்தை அடைந்த அவளிடம் முருகனாக வராமல் வேடனாக அவன் வந்தான். அவனைக் கண்டு வெறுத்து ஓடினாள்; ஏசினாள். அவளது உள்ளத்தில் கொண்டுள்ள உண்மைக் காதலைச் சோதிக்க முருகன் பல விளையாடல்களை நிகழ்த்தினான். அவனுடைய பரீட்சைகளில் வெற்றி பெற்றாள் வள்ளி. நன்றாகப் படிக்காதவர்கள் பரிட்சைக்குப் பயப்படுவார்கள். வள்ளி யெம்பெருமாட்டி நன்றாகப் படித்தவள்; முருகப் பெருமானைத் தவிர வேறு யாருக்கும் உரியோம் அல்லோம் என்று படித்தவள். அவளுடைய பக்குவம் உயர்ந்து நிற்பதைக்

கண்டு அவளை முருகன் ஆட்கொண்டான். அவளுடைய முற்றாத் தனத்திற்கு இனிய பிரான் ஆனான்.

காம மிகுதியினாலே அவளுக்கு இனியவன் ஆனான் என்று நினைக்கலாமா? வெளித் தோற்றத்தையே உண்மை என்று நினைத்தால், அவனுடைய புறத் திருவிளையாடலைக் கண்டு அதுதான் மெய் என்று ஏமாற வேண்டியதுதான்.

ஒரு குழந்தை முற்றத்திலுள்ள நீர்த்தொட்டியைப் பார்க்கிறது. அதிலே முழுமதியின் வடிவம் நன்றாகத் தெரிகிறது. "அம்மா, சந்திரன் சந்திரன்!" என்று அதைப் பிடிக்க நீருக்குள் கையை விடுகிறது. நீர் கலங்கிவிடுவதால் பிரதிபிம்பம் பூர்ணமாக இல்லாமல் உடைந்து விடுகிறது; மங்கிப்போகிறது. குழந்தை, "சந்திரன் உடைந்துவிட் டானே, கலங்கிவிட்டானே!" என்று குழந்தை, அழுதால் அது உண்மையாகுமா? தண்ணீரில் தோற்றும் பிரதிபிம்பம் உடைந்தது உண்மை; ஆனால் அது வெறும் தோற்றம். வானத்தில் முழுமதி நன்றாக ஒளிர்ந்து கொண்டுதான் இருக்கிறது. அப்படியே புறத்தோற்றத்தில், எம்பெருமானின் ஞான நாடகத்தின் வெளித்தோற்றம். உலக மாயை யோடு சம்பந்தப்பட்டு மலங்களோடு சேர்ந்து தொழில்படு கிறவர்களுக்கு ஊன நாடகமாகத் தோற்றுகிறது. தன்னுடைய கருணை மிகுதியினாலே, சாதியாலும், சமயத்தாலும், நாகரிகத்தாலும் மிகவும் தாழ்ந்தவள் என்று உலகினோர் நினைக்கும் வள்ளிநாயகியின் பக்குவம் உணர்ந்து, வலியவந்து ஞானநிலை நிறைவுறச் செய்து ஆட்கொண்ட திருவிளையாடல் அல்லவா அது?

இணைத்துப் பார்க்க வேண்டும்

கரும்பு வில்லும் முல்லை மலரம்பும் வெந்து காமவேள் படும்படியாக விழியால் செற்றவனுக்கு இனிய பிரான் என்று பின்னே சொல்வதைக் கொண்டு முருகன் வள்ளியினிடம் கொண்ட காதல் வெறும் காமக்கிளர்ச்சி அன்று என்று தெரிந்துகொள்ள வேண்டும். ஞான யோகியாக அமர்ந்திருந்த சிவபெருமான் தன் ஞானவிழியால் கரு வேளைச்

சுட்டெரித்து விட்டுச் செவ்வேளைத் தோற்றுவித்தான். அந்த ஞானக் கண்களுக்கு இனியவன் ஞான உருவனாகத் தானே இருக்கவேண்டும்? அவன் செய்த திருவிளையாடல் ஞானாசிரியன் செய்யும் செயலாகக் கொள்வதற்குரியது. பக்குவம் அடைந்த ஆன்மாக்களை ஆட்கொள்ளுவதற்காக ஓடிவரும் இனியபிரான் அவன். 'முற்றாத் தனத்துக்கு இனிய பிரான்' என்று சொன்னால் உண்மை விளங்காது என்று, 'வேள்பட விழியால் செற்றார்க்கினியவன்' என்றும் கூறினார். அந்த இரண்டையும் இணைத்துச் சொன்னதற்குக் காரணம் நாம் ஏமாந்து போகாமல் உண்மையை உணரவேண்டும் என்பதுதான்.

முருகன் 'ஞானாசிரியன்' ஆதலாலே வள்ளிநாயகியின் பக்குவம் உணர்ந்து அவளிடம் தானே சென்று வலிய ஆட் கொண்டான். இது வேறு, அது வேறு என்று நினைக்கக் கூடாது. தனித்தனியாகப் பார்த்தால் வேறாகத் தோன்றும், அவனுடைய வரலாற்றோடு, கருணைத் திருவிளையாடல் களோடு சேர்த்துப் பார்க்க வேண்டும். மாரனுடைய அழிவிலே தோன்றிய குமாரன் காம வயப்படுவானா? நமக்கு மயக்கம் உண்டாகிறதா இல்லையா என்று சோதித்துப் பார்ப்பவரைப் போல வள்ளி கல்யாணத்தை முதலில் சொன்னார், அருணகிரியார். நாம் முடிவு கட்டுவதற்குள் அவனுடைய அவதார ரகசியத்தைப் பின்னே சொன்னார்.

அதனால் வள்ளி கல்யாணம் ஞானத் திருமணம் என்று புலனாயிற்று. முருகன் பூவுலகத்து வள்ளியை ஆட்கொண்டான் என்பதைக் கொண்டு அவன் நம்மைப் போன்றவன் மலத் தோடும் சம்பந்தப்பட்டவன் என்று நினைத்துக் கொள்ளக் கூடாது. அவன் எத்தகையவன் தெரியுமா?

அமரர் தலைவன்

தேவேந்த்ர லோக சிகாமணியே.

தேவர்களுக்கு எல்லாம் தலைவனாகிய இந்திரனுடைய லோகத்திற்குச் சென்று பார்க்கலாம். முருகன் வந்து விட்டான் என்றால் தேவர்கள் அவனைத் தூக்கித் தங்கள் தலையில் வைத்துக் கொண்டு கூத்தாடுவார்கள். தேவலோகத்தில் வாழ்கிற அமரர்களுடைய தலைமேலே முடி இருக்கிறது; அந்த முடிக்குமேல் மணியாக அவன் விளங்குவான்.

அவர்களுடைய முடிக்கு அவன் மணியாக இல்லாவிட்டால் அவர்கள் தலையில் மகுடமே இராமற் போயிருக்கும். அவனை அவர்கள் வணங்காமல் இருந்திருந்தால் சூரன் அவர்கள் வாழ்வையே குலைத்திருப்பான்.

தேவர்களின் முடிக்கு மணியாக விளங்குபவன் நெற்றிக்கண்ணால் காமனையே சங்காரம் பண்ணின பெரு மானுக்கு இனியவன்; 'வள்ளிக்கும் இனியவன்' என்று அடி யிலிருந்து பார்த்தால், 'முருகன் தேவர்களுக்கும் உபகாரம் செய்த தலைமையுடையவன். காமத்தின் லேசமும் சார இயலாத ஞானவெளியில் உலவும் ஞானப்பிரான். அவன் தன்னுடைய கருணையினால் பக்குவமுள்ள ஆன்மாக்களை வலிந்து வந்து தடுத்து ஆட்கொள்வான்' என்ற கருத்துப் புலனாகும்.

நெற்றப் பசுங்கதிர்ச் செவ்வேனல்
காக்கின்ற நீலவள்ளி
முற்றாத் தனத்திற்கு இனிய
பிரான், இக்கு முல்லையுடன்
பற்றாக் கையும்வெந்து, சங்க்ராம
வேளும் படவிழியால்
செற்றார்க்கு இனியவன், தேவேந்த்ர
லோக சிகாமணியே.

[முதிர்ந்து நெற்று ஆகாமல் இருக்கும் பசிய கதிரையுடைய சிவந்த தினையைக் காக்கின்ற நீல நிறம் படைத்த வள்ளிநாயகியின் இளம் பருவ அடையாளமாகிய தனங்களுக்கு இனிமை தரும் பெருமான் கரும்பாகிய

வில்லுடனும் முல்லையாகிய அம்புடனும் அவற்றைப் பற்றியிருந்த உடம்பும் வெந்து, போர் புரிய வந்த காமனும் அழியத் தம் ஞானவிழியால் தண்டித்தவராகிய தட்சிணாமூர்த்தியின் திருவுள்ளத்துக்கு இனிமை தரும் குமாரன், தேவர்களின் தலைவனாகிய இந்திரனது லோகத்தில் யாருடைய முடியிலும் மணிபோல வணங்குதற்குரியவனாக எழுந்தருளியிருப்பவன்.

இனிய பிரான்,இனியவன், சிகாமணி என்று கூட்டுக. இனிய பிரான் : எழுவாய்; மற்ற இரண்டும் பெயர்ப்பயனிலைகள். 'வள்ளியைக் காமுற்றவனைக் காமவிளையாடல் உடையவன் என்று எண்ணாதீர்கள், அவன் காமனை எரித்த ஞானவிழியிலே தோன்றியவன், என்று முதலில் குறிப்பித்தார். ஏனலைக் காக்கின்ற வெள்ளிக்கு இனிய பிரான் என்பதனால் இழித்த நிலையில் இருப்பவன் என்று எண்ணாதீர்கள்; அவன் தேவேந்திர லோகத்தில் உள்ளவர்களால் வணங்கப் பெறுபவன்' என்று பின்னால் புலப்பட வைத்தார்.

நெற்ற-முதிராத. பசும்கதிர்-இனங்கதிர். ஏனல்-தினை.முற்றத்தனம் - தளர்ச்சி பெறாத நகில். :இக்கு - கரும்பு. பற்று -ஆக்கை; ஆக்கை- உடம்பு. சங்க்ராமம் - போரைச் செய்த. வேள்-காமன். பட-அழிய. செற்றார் -- சிவபிரான். சிகாமணி-முடிமணி. ஏ : அசைநிலை.]

இது கந்தர் அலங்காரத்திவ் 58-வது திருப்பாடல்

எங்காயினும் வரும்

நீண்ட பயன்

எந்த அறிவாளியும் தான் செய்கிற காரியம் ஒவ்வொன்றும் தனக்குப் பல காலத்திற்குப் பயன்படும்படி செய்ய வேண்டும் என்றுதான் விரும்புவான். ஒரு நாளைக்கு மட்டும் சோறு சமைத்துச் சாப்பிடுகிறவன் அன்றாடம் காய்ச்சி. பல காலத்துக்கும் பொருள் சேகரித்து வைத்துக்கொண்டு சுகமாகச் சாப்பிடுகிறவன் செல்வன். "இது என்ன, அன்றாடம் காய்ச்சி வாழ்வு!" என்று பழிப்புச் செய்கிறது உலகம். ஆனால் பல காலத்திறகுப் பலவகையில் பயன்படுகிற காரியத்தைச் செய்கிறவனை அறிவாளி என்று பாராட்டுகிறது.

அடுத்த ஆண்டுக்கு ஆடை வாங்கி வைத்துக்கொள்ளு கிறோம். பெண் பிறந்துவிட்டால், கல்யாணம் பண்ண வேண்டுமே என்று முன்கூட்டியே பணம் சேமிக்கிறோம். இவற்றை யெல்லாம் நெடுங்காலத்திற்குப் பின்னே பயன்பட வேண்டும் என்பதற்காக இப்போதே செய்கிறோம். இவை அறிவுடையவர் செயல்கள்.

நம்முடைய உடம்பு நிலையானது அல்ல என்று நமக்குத் தெரியும். உயிருக்கு இறுதி கிடையாது. என்றைக்கு இறைவனோடு ஒன்றுபடுகிறதோ அன்றைக்குத் தான் அதன் பயணம் முடிவடைகிறது. அந்த உயிருக்குப் பயன்படுகிற பொருளைச் சேமித்து வைக்க வேண்டாமா? நம்முடைய கைப்பொருளை யாசிப்பவர்களுக்கு இட்டு வைத்திருந்தால் அது நமக்குப் பின்னால் உயிருக்குப் பயன் அளிக்கும் என்று இந்தப் பாட்டில் சொல்ல வருகிறார் அருணகிரியார்.

பொங்கார வே யில் வேலை விட்டோன்
அருள்போல் உதவ
எங்காயினும் வரும் ஏற்பவர்க்கு இட்டது.

நாம் செய்த காரியத்தின் பயன் உடனே கிடைக்குமா என்று எதிர்பார்க்கக் கூடாது. தேசீயச் சேமிப்புப் பத்திரம் வாங்கினால் மறுநாளே காசு கொடுத்து விடுவார் களா? பல காலத்திற்குப் பிறகுதான் மொத்தமாக வரும்

ஔவையின் பாடல்

இதைப்பற்றி ஔவைப்பாட்டி சொல்கிறாள்.

"அப்பா, உன்னுடைய வீட்டில் தென்னமரம் இருக்கிறதா? இருந்தால் நீ அதை எப்போது வைத்தாய்?'

"தென்ன மரம் இருக்கிறது. நன்றாகக் காய்க்கிறது. அதை நான் வைத்தேனா? எப்போதோ எங்கள் தந்தை காலத்தில் அவர் வைத்தது."

"அப்படியா? அவர் காலத்தில் வைத்த தென்ன மரம் இப்போது உனக்கு நல்ல தேங்காய், இளநீர் எல்லாவற் றையும் கொடுக்கிறது அல்லவா? தந்தையார் வைத்த போது அதற்கு வெறும் தண்ணீர்தான் விட்டார். அது இப்போது நல்ல இளநீராகத் தருகிறது அல்லவா? அப்படியே நீ இப்போது தர்மம் செய்தால் அந்தத் தருமம். விளைந்து பின்னால் உனக்கு நன்றாகப் பயன் தரும். தென்ன மரம் தனக்கு இட்ட தண்ணீரை, பலகாலம் கழித்துத் தன் தலையாலே சுமந்து வெறும் நீருக்குப் பதிலாகச் சுவையுள்ள இளநீராகத் தருகிறதே!"

"நன்றி ஒருவற்குச் செய்தக்கால் அந்நன்றி
என்று தருங்கொல் எனவேண்டா-நின்று
தளரா வளர்தெங்கு தாள்உண்ட நீரைத்
தலையாலே தான்தருத லால்."

“ஒருவனுக்கு உபகாரம் செய்தால் அதன் பயன் மறு படியும் நமக்கு எப்படிக் கிடைக்கும் என்று நீ யோசிக்காதே. நிச்சயமாக நீ செய்ததைவிடக் குறைவாகக் கிடைக்காது; அதிகமாகவே கிடைக்கும். தென்ன மரத்திலிருந்து இதைத் தெரிந்து கொள்ளலாம்" என்கிறாள் பாட்டி.

அறமும் அருளும்

இதைப்போலவே இந்தப் பாட்டில் அருணகிரியார் நமக்கு உபதேசம் செய்கிறார். "நீ உன்பால் வந்து இரப்பவர்களுக்கு உன்னுடைய பொருளை இட்டால், அதனால் என்ன பயன் என்று நினைக்காதே. நீ அளிக்கிற கொடை உனக்கு எங்காயினும் வந்து உதவி பண்ணும். நீ செய்த தர்மம் ஒன்று, இறைவன் அருள் ஒன்று. இரண்டும் உனக்கு உதவி செய்ய எப்படி வரும் என்று உனக்கே தெரியாது. ஆனால் நீயே ஆச்சரியம் அடையும்படியாக எங்காயினும் அந்த இரண்டும் வந்து உதவும்" என்கிறார்.

பொங்கார வேலையில் வேலைவிட்டோன் அருள்போல் உதவ,எங்காயினும் வரும், ஏற்பவர்க்கு இட்டது.

அவர் விரதம்

உத்தியோகத்தில் இருந்த ஒருவருடைய அன்னை மிக்க தர்ம நினைவு உடையவள். அவள் இறக்கும்போது தன் புதல்வரிடம் ஒன்றைச் சொல்லிப் போனாள். "அப்பா, குழந்தைகளுடைய மனம் மிகவும் மேன்மையானது. குழந் தைகளைத் திருப்தி செய்தால் ஆண்டவன் திருப்தி அடை கிறான். உன் கையில் எது கிடைத்தாலும் உடனே அங்கே எந்தக் குழந்தை இருந்தாலும் அதனிடத்தில் ”ஒரு பகுதியைக் கொடுத்துவிட்டு எஞ்சியதைச் சாப்பிடு" என்று உபதேசம் செய்து போனாள். அதிலிருந்து அவர் எப்போது எங்கே எதை உண்டாலும் குழந்தைகளுக்குக் கொடுக்காமல் சாப்பிடுவது இல்லை.

ஒரு நாள் ஒரு சமாராதனைக்கு உண்ணச் சென்றிருந் தார். உள்ளே நுழையும்போது ஓர் ஏழைக் குழந்தை வீதியில் நின்று கொண்டிருந்தது. அதை உள்ளே போய்ச் சாப்பிடவிடாமல் அங்கே இருந்தவர்கள் விரட்டிக் கொண்டிருந்தார்கள். அவர் உள்ளே போய்ச் சாப்பிட உட்கார்ந்தபோது அவருக்கு அந்தக் குழந்தையின் நினைவு இருந்தது. உடனே அன்னை சொன்ன உரையும் அவருக்கு நினைவுக்கு வந்தது. அந்தச் சமயம் இலையில் லாடு போட்டுக் கொண்டு வந்தார்கள். அவர் தம்முடைய லாடுவைக் கையில் வாங்கிப் பக்கத்தில் வைத்துக் கொண்டார். வெளியே வந்தவுடன் அந்த ஏழைப் பிள்ளையிடம் அதைக் கொடுத்தார். அதைத் தின்று அந்தப் பிள்ளை மிகவும் மகிழ்ச்சியோடு ஓடுவதைக் கண்ட பிறகு தான் அவருக்கு மனத்தில் அமைதி உண்டாயிற்று.

பிள்ளைகளின் இயல்பு

அந்த மனிதருக்கு இரண்டு பிள்ளைகள் இருந்தார்கள். இரண்டு பிள்ளைகளும் நன்றாகப் படித்து வேலைக்குப் போய் விட்டார்கள். அவருக்கும் வயசு ஆகிவிட்டதால் வேலையி லிருந்து ஓய்வு பெற்றுக் கொண்டார். ஒரு பிள்ளை எம்.ஏ. படித்து விட்டுத் திருநெல்வேலியில் பெரிய அதிகாரியாக இருந்தான். மற்றொருவன் கலெக்டராகக் கோயம்புத்தூரில் இருந்தான். அவருடைய மனைவி இறந்து போனாள். அப்போது அவர், 'இரண்டு பையன்களும் நல்ல வேலையில் இருக்கிறார்கள். ஒவ்வொருவர் வீட்டிலும் ஆறு ஆறு மாதம் இருந்து காலத்தை ஓட்டிவிடலாம். எதற்காகத் தனியாக நாம் வாழ்ந்து கொண்டிருக்க வேண்டும்?" என்று நினைத்தார். உடனே தம்முடைய சொத்துக்களை எல்லாம் அவர்கள் இரண்டு பேருக்கும் சமமாக எழுதி வைத்துவிட்டு மூத்த பிள்ளையின் வீட்டுக்குத் திருநெல்வேலிக்குப் போய்விட்டார்.

அங்கே கொஞ்ச நாள் சிறப்பாக உபசாரம் நடந்தது. அவருடைய மூத்த மருமகள் மிகவும் பிரியமாகத்தான் அவரிடம் இருந்தாள். ஒரு நாளைக்குத் தன் கணவனிடம் அவள் பேசிக்கொண்டிருந்தது மாமனார் காதில் விழுந்தது.

"அப்பா இங்கேயே இருக்கலாம். அவர் இங்கே இருப்பது நமக்கு எவ்வளவோ மகிழ்ச்சியாக இருக்கிறது. இருந்தாலும் நீங்கள் ஒருவர் மாத்திரம் அவருடைய பிள்ளை அல்லவே! உங்கள் தம்பி தம்மிடம் வந்து இருக்கவில்லையே என்று வருத்தப்படமாட்டாரா? அவருக்கும் தம்மிடம் தம் அப்பாவை வைத்துக்கொள்ள வேண்டுமென்ற ஆசை இராதா? இவருக்கு அங்கே போக மனம் இல்லாவிட்டாலும் பேருக்காவது பத்து நாள் போய் இருந்து வரச் சொல் லுங்கள். இல்லாவிட்டால் நன்றாய் இராது" என்று மிகவும் நயமாகப் பேசினாள்.

அதைக் கேட்டவுடனே, 'ஒகோ! நான் இங்கே இருப்பது அதற்குள் கைத்துவிட்டதோ? சரி, கோயம்புத்தூருக்கு இன்றைக்கே போய்விடுகிறேன்' என்று மனத்திற்குள் எண்ணிக்கொண்டு இரண்டாவது பிள்ளையிடம் சென்றார்.

இரண்டாவது பிள்ளையிடம் போய் ஒரு மாதம் இருந்திருப்பார்'. அவனுடைய மனைவி மூத்தவளையும் விடக் கெட்டிக்காரி. அவள் தன் கணவனிடம், "என்ன, உங்கள் அப்பா இங்கேயே தங்கிவிடலாம் என்று நினைத்துக் கொண்டு விட்டாரா? திருநெல்வேலியில் நான்கு மாதம் இருப்பதற்குள் போதும் போதும் என்று அவர்களே விரட்டி விட்டார்கள் போலிருக்கிறது. அங்கே அவமானப்பட்டுத் தான் இங்கே வந்து தங்கிவிட்டாரோ? எதற்காக இப்படி நகரங்களில் இருந்து அல்லற்படவேண்டும்? சிவனே என்று காவேரிக்கரையில் போய்ச் சுகமாக வாழலாமே. வேண்டுமானால் மாதம் இருபது ரூபாய் அனுப்பி விடுகிறது;' என்றாள்,

இதைக் கேட்டவுடன் கிழவருக்கு அழுகை அழுகையாக வந்தது. 'சொந்தப் பிள்ளைகள்; இவர்களைப் படிக்க வைத்தவன் நான். இவர்களுக்கே என்னுடைய சொத்துக்களை எல்லாம் எழுதி வைத்திருக்கிறேன். என்னை வைத்துக் கொண்டு காப்பாற்ற வேண்டிய இவர்கள் என்னைக் கிராமத் திற்குத் தனியாக அனுப்பி விட்டுப் பணமாக உதவி செய்யப்

போகிறார்களாம்! இவர்கள் பணமும் வேண்டாம்; இவர்கள் என்னைக் காப்பாற்றவும் வேண்டாம். இவர்கள் கண்ணி லேயே படாமல் எங்காவறு போய்ப் பிழைத்துக் கொள் கிறேன்' என்று காசியை நோக்கி யாரிடமும் சொல்லிக் கொள்ளாமல் கிளம்பி விட்டார்.

காசியில் நிகழ்ந்தது

வடக்கே போனவருக்குப் பல விதமான துன்பங்கள் உண்டாயின. உடம்புக்கு நோய் வேறு வந்துவிட்டது. கங்கைக்கரையில் ஒரு நாள் மிகவும் சலிப்பு அடைந்த மனத்தோடு, "ஆண்டவனே. என்னை இன்னும் ஏன் உயிரோடு வைத்துத் துன்பத்துக்கு உள்ளாக்குகிறாய்?" என்று வாய்விட்டுச் சொல்லிக்கொண்டு உட்கார்ந்தார். சட்டென்று அந்தப் பக்கம்

அந்தப் பக்கம் போன ஒருவன் அவரைக் கூர்ந்து பார்த்தான். "யார் சுவாமி நீங்கள்? எந்த ஊர்?" என்று கேட்டான். வடக்கே இந்தி மொழியே வழங்கக் கூடிய இடத்தில் அவர் தமிழில் பேசியதைக் கேட்டு, அவனும் தமிழன் ஆதலால் அவ்வளவு அன்போடு கேட் டான்.

"நானா? தமிழ் நாட்டைச் சேர்ந்தவன்" என்றார் அவர்.

"நானும் தமிழ் நாட்டைச் சேர்ந்தவன்தான். தமிழ் நாட்டில் எந்த ஊர்'" என்றான் அவன் மிக்க ஆவலோடு.

அவருக்குத் தம் ஊரைச் சொல்லிக்கொள்ள முதலில் மனம் இல்லை; ஊர், பிள்ளைக்குட்டி எல்லாவற்றையும் மறக்க வேண்டும் என்று ஓடிவந்தவர் அல்லவா? இருந்தாலும் அவன் முகத்தைப் பார்த்தவுடனேயே அவருக்குப் பொய் சொல்ல மனம் வரவில்லை. உண்மையைச் சொல்லாமல் இருக்க நாக்கு இடம் கொடுக்கவில்லை. "கள்ளக் குறிச்சி அப்பா,கள்ளக்குறிச்சி" என்றார் சற்று உற்சாகம் இழந்தவராகவே.

"கள்ளக்குறிச்சியா? நானும் கள்ளக்குறிச்சிதான். கள்ளக்குறிச்சியில் யார்? உங்கள் பெயர் என்ன?" என்று அவன் முன்னையும்விட மிக்க ஆவலோடு கேட்டான்.

"கள்ளக்குறிச்சியில் சுப்பிரமணிய தீட்சிதர் என்பார்கள் என்னை" என்று அவர் சொன்னாரோ இல்லையோ, அவன் அப்படியே நெடுஞ்சாண்கிடையாக அவருடைய காலில் விழுந்தான். "சுவாமி, என்னைத் தெரிகிறதா? உங்களால் தான் நான் இன்றைக்கு ஓர் ஆளாக இங்கே உத்தியோகம் செய்து பிழைத்துக் கொண்டிருக்கிறேன். நீங்களே என்னுடைய தந்தை. என்னுடைய வீட்டுக்கு வாருங்கள்" என்று அவருடைய கால்களை இறுகப் பிடித்துக்கொண்டான்.

அவருக்கு ஒன்றுமே புரியவில்லை. 'இவனை நாம் ஆளாக்கி விட்டோமா? நம்மால் ஆளாக்கி விடப்பட்ட பிள்ளைகள் எவ்லாம் நம்மையே விரட்டிவிட்டுச் சுகமாக இருக்கிறார்கள். இவனை நாம் முன்பின்கூடப் பார்த்தது இல்லையே! இவன் நமக்கு உதவி செய்ய வருகிறானே!' என்று வியப்பில் மூழ்கிவிட்டார்,

"என்னை உங்களுக்குத் தெரியவில்லையா சுவாமி! வீட்டுக்கு வீடு கம்பக்காலைப் பிடித்துக்கொண்டு பிச்சை எடுத்து வந்தவன் நான். ஒரு நாளைக்கு ஒரு பெரிய சமாராதனையில் என்னை உள்ளே விடமாட்டோம் என்று எல்லோரும் அடித்து விரட்டினார்கள். நீங்கள் ஒரு பெரிய லாடுவை எடுத்து வந்து எனக்குக் கொடுத்தீர்களே! அந்த லாடு எனக்கு எவ்வளவு இனிமையாக இருந்தது. தெரியுமா அதைச் சாப்பிட்டவுடனேயே எனக்கு, 'இனி இது மாதிரி வாங்கிச் சாப்பிடக் கூடாது. உழைத்துச் சாப்பிடவேண்டும்' என்கிற எண்ணம் உதித்தது. அப்புறம் ஆண்டவன் அருளால் சிலருடைய உதவியின் மேல் படித்து, இங்கே வேலை செய்து கொண்டிருக்கிறேன். அன்றைக்கு நீங்கள் லாடு கொடுத்தீர்களே, எங்கள் தகப்பனார் மாதிரி. நீங்கள் தாம் என் தந்தை" என்று அவன் விழிகளில் கண்ணீர் வாரப் பேசினான்.

அவர் அப்படியே சிலையாகச் சமைந்துபோய் உட்கார்ந்திருந்தார். அவர் மனம் என்ன என்னவோ நினைத்தது. 'ஆண்டவனே, எனக்கு நீ இரண்டு பிள்ளைகளைக் கொடுத்தாய்; நல்ல வருமானத்தையும் அளித்தாய். என்னுடைய பொருளை எல்லாம் செலவழித்து அந்தப் பிள்ளைகளைப் படிக்க வைத்தேன். உன் அருளால் அவர்களுக்கு நல்ல வேலையும் கிடைத்தது. கல்யாணமும் ஆயிற்று. இனி எனக்கு என்று எதற்காகப் பணம் என்று என்னிடம் இருந்த எல்லாவற்றை யும் அவர்கள் இரண்டு பேர்களுக்குமே கொடுத்தேன். வேறு யாருக்கும் இம்மி அளவும் கொடுக்கவில்லை. ஆனால் இவனிடம் நான்கு மாதம், அவனிடம் ஒரு மாதம் இருப்பதற்குள் பெற்ற தகப்பனாரையே வைத்துக் காப்பாற்ற அவர்கள் மேலும் கீழும் பார்த்தார்கள். அவர்கள் என்னிடம் அன்புடன் நடக்கவில்லை. நான் எப்போதோ, ஏதோ ஒரு நாளைக்கு இந்தப் பிள்ளைக்கு வேறு ஓர் இடத்தில் எனக்குக் கிடைத்த லாடு ஒன்றைக் கொடுத்தேன்; ஒரு வேளைச் சாப்பாடுகூட இல்லை கிடைத்ததிலே ஒரு பகுதியைக் கொடுத்தேன். அதுவா இத்தனை பெரிய அன்பாக இவன் உள்ளத்தில் விளைந்திருக்கிறது? இன்றைக்கு இவ்விடத்திலே என்னைக் காப்பாற்ற வந்து உதவுகிறது?' என்று நினைந்து உள்ளம் உருகினார்.

இட்டது வரும்

பொங்கார வேலையில் வேலை விட்டோன்
அருள்போல் உதவ
எங்காயினும் வரும், ஏற்பவர்க்கு இட்டது.

ஏற்பவர்க்கு இட்டது எங்காயினும் வரும்; பசிக்கு ஏதாவது கிடைக்காதா என்று ஏங்குகிறவர்களை வலிய அழைத்து. "இந்தா அப்பா; இதைச் சாப்பிடு" என்று செய்கிற தர்மம் எங்காயினும் வரும். எந்த இடத்தில் எப்படி வரும் என்று சொல்ல முடியாது. நானூறு ரூபாயைப் பாங்கில் போட்டால் அது முதலும் வட்டியுமாக நமக்குப் பின்னே சேர்ந்து

வருவதுபோல, நாம் என்றைக்கோ செய்த தர்மம் எங்காயினும் வட்டியும் முதலுமாக வந்து சேரும்.

எங்காயினும்

எங்காயினும் என்றால் இந்த உலகத்தில் மாத்திரம் அல்ல. மறு பிறவியிலும் வரும். சிவஞானிக்கு ஒரு கவளம் அன்னம் போட்டால் எடுக்கிற பிறவியில் சோற்றுக்குப் பஞ்சம் இல்லாமல் வாழலாம். 'நீ அறம் செய்தால் உனக்கு அது பின்பு வந்து விளையும். பொருள் கொடுத்தால் அது பிறனால் உனக்குக் கொடுக்கப்படுகிற பொருளாக வந்து சாரும்' என்று ஔவையார் போன்றவர்கள் சொன்னார்கள். அருணகிரிநாத சுவாமிகள் அதையே சொன்னாலும் தமக்கு ஏற்ற முறையில் சொல்கிறார். அப்படிச் சொல்வதில் அவர் முத்திரை இருக்கிறது. அதற்கு ஓர் உவமை சொல்லுகிறார்.

"எங்கள் பெருமானுடைய அருள்போல், ஏற்பவர்க்கு இட்டது எங்காயினும் வரும்" என்கிறார்; "வேலையில் வேலை விட்டோன் அருள் எங்காயினும். வரும் அப்படியே யாசிப்பவர்களுக்கு அறம் செய்தால் அந்த அறப்பயனும் வரும்" என்பது அவர் கருத்து.

திருவருள் எங்காயினும் வரும்

இறைவன் திருவருள் எப்படி வரும் என்று சொல்ல முடியுமா? அவரவர்களுடைய வாழ்க்கையில் நன்றாகக் காணலாம். இறைவன் திருவருளினாலே நல்லது பொல்லாதது ஆகிய இரண்டுமே வந்து கொண்டிருந்தாலும் தீமை வரும் போதுதான். கடவுள் என்னை இப்படிச் சோதிக்கிறாரே!" என்று பலர் நினைக்கிறார்கள். இறைவனுடைய அருளை உணர்வதற்கு நமக்கு மனம் இருந்தால் வாழ்க்கையில் ஒவ்வொரு கணமும் அவனுடைய திருவருளை அநுபவிக்கலாம்; மகாத்மா காந்தி அநுபவிக்கவில்லையா?

எதிர்பாராத நிகழ்ச்சி

என்னுடைய பக்கத்து வீட்டில் ஒரு பெரிய உத்தியோகஸ்தர் இருந்தார். ஒரு நாள் காரியாலய விஷயமாக டெல்லிக்குப் போக விமானச்சீட்டு முதற்கொண்டு வாங்கி வைத்துவிட்டார். அன்றைக்கு என்று அவருடைய குழந்தைக்குச் சற்று உடம்பு சரியில்லை. மனைவி அவரைப் போகக்கூடாது என்று தடுத்துவிட்டாள். தம்முடைய மனைவியிடம் அவருக்குக் கடுங்கோபம். மறுநாள் பத்திரிகையைப் பார்த்தார்; அவர் கிளம்பிச் செல்ல இருந்த விமானம் நடுவழியில் எரிந்துபோய் விழுந்து விட்டதாகச் செய்தி வந்திருந்தது. அதைப் பார்த்தவுடன் தான் 'இறைவனுடைய திருவருள் அல்லவா நம்மை ஊருக்குப் போகாது தடுத்திருக் கிறது?' என்று நினைந்து உருகினார்; 'மனைவியிடத்தில் கோபித்துக் கொண்டோமே!' என்று வெட்கப்பட்டார்.

ஒவ்வொருவர் வாழ்க்கையிலும் எதிர்பாராத நன்மைகள் இப்படி எத்தனையோ மேமுடைய சக்திக்கும் அப்பாற் பட்டனவாக நடந்து கொண்டிருக்கின்றன. அவற்றை எல்லாம் இறைவனுடைய திருவருள் என்று நினைக்க நமக்கு மனம் இல்லை.

எதிர்பாராமல் வந்து நிற்கிற லாபத்தைக் காண் கிறோம். அதை நம் அதிருஷ்டம் என்று சொல்கிறோம். ஒருவன் எம்.ஏ. பரீட்சை எழுதுகிறான். கல்யாணம் நடக் கிறது. எம். ஏ. யில் தேர்ச்சி பெற்ற செய்தி வருகிறது. உடனே வேலை கிடைக்கிறது. அவன் அது தன் மனைவியினு டைய அதிருஷ்டம் என்று நினைக்கிறான்; பானை பிடித்தவள் பாக்கியம் என்கிறான். இறைவன் திருவருள் என்கிற நினைப்பு அவனுக்கு வருகிறதா? இல்லை.

எல்லாம் திருவருட் செயல்

எதிர்பாராத வகையில் யாராவது எங்காயினும் உதவி செய்தால் அதை அவன் செய்தான் என்று நினையாமல்,

அவனைக் கருவியாகக் கொண்டு இறைவன் திருவருள் துணை செய்தது என்று நினைக்கவேண்டும். துன்பம் வந்தால் யாரோ நமக்கு வேண்டுமென்றே செய்ததாக நினைக்கிறோம். அதனால் அவனிடம் கோபப்படுகிறோம், எதிர்பார்த்தது விளைந்தால் நம்மால் விளைந்தது எனச் சொல்லிக் கொள்ளலாம். எதிர்பாராமல் எத்தனை காரியங்கள் நடக்கின்றன! எதிர்பாராமல் நல்லது வந்தாலும் ஆண்டவன் திருவருள் என்று நினைக்க வேண்டும்; தீயது வந்தாலும். அவ்வாறே நினைக்கவேண்டும். உடம்புக்கு நோய் வந்துவிட்டது. நோயைக் குணப்படுத்துபவர் டாக்டர் என்கிற நம்பிக்கை நமக்கு வந்து விட்டதால் அவர் இனிப்பு மருந்து கொடுத் தாலும் குடிக்கிறோம்; கசப்பு மருந்து கொடுத்தாலும் குடிக்கிறோம். டாக்டரிடம் யாராவது, ..

"இனிப்பு மருந்தே கொடுங்கள்; கசப்பு மருந்து வேண்டாம்" என்று சொல்ல முடியுமா? இன்ன நோய்க்கு இன்ன மருந்து கொடுக்க வேண்டும் என்பது அவருக்குத் தானே தெரியும்?

உயிருக்கு வந்துள்ள நோய் பிறவி. நம்முடைய புண்ணிய பாவ வினைகளைக் கழுவிவிட வேண்டும் என்பதற்காகவே ஆண்டவன் இந்தப் பிறவியைக் கொடுத்திருக்கிறான். அவன் அருளால் நம்முடைய ஊழ்வினைக்கு ஏற்ப இன்ப துன்பங்கள் விளைகின்றன. துன்பம் வந்தாலும் இன்பம் வந்தாலும் ஆண்டவனுடைய திருவருள் என்று நினைந்து வாழ்பவர் களுக்குத் துன்பத்தினாலே வருத்தம் இராது.
ஆண்டவனுடைய சோதனைகளில் தேர்ச்சி பெற்றால்தான் அவனுடைய அருள் பூரணமாகக் கிடைக்கும் என்று அவர்கள் நினைப்பார்கள். இன்ப துன்பம் இரண்டும் அவர்களுக்குச் சமமாகவே இருக்கும்.

ஒரு சின்னக் குழந்தையிடம், "ஒரு மணு இரும்பு கனமா? ஒரு மணு பஞ்சு கனமா?" என்று சிலர் வேடிக்கையாகக் கேள்வி கேட்பது வழக்கம். கொஞ்சம் மந்தமான குழந்தையாக இருந்தால் பஞ்சைவிட இரும்பு கனமாயிற்றே என்று எண்ணி, 'இரும்புதான் கனம்'' என்று சொல்லும். புத்திசாலிக்

குழந்தையோ, "ஒரு மணு என்பதே குறிப்பிட்ட கனத்தைச் சொல்வது தானே? பஞ்சாய் இருந்தால் என்ன? இரும்பாய் இருந்தால் என்ன? இரண்டும் சமம்" என்று சொல்லும். அப்படி, 'இன்பமாக இருந்தால் என்ன? துன்பமாக இருந்தால் என்ன? இரண்டும் ஆண்டவன் அருள் தான்' என்று நினைப்பவர்களுக்கு இன்பமும் துன்பமும் சமமாகவே இருக்கும். இன்பத்தைக் கண்டு அவர்கள் மனம் புதிய மகிழ்ச்சியை அடையாது. துன்பத்தைக் கண்டும் அவர்கள் மனம் அவலப்படாது.

"நன்றாங்கால் நல்லவாக் காண்பவன்
அன்றாங்கால்
அல்லற் மடுவ தெவன்"

என்பது திருக்குறள்.

'நல்லது தான் வேண்டும், தீயது வேண்டாம்' என்று சொல்வதற்கு நமக்கு என்ன உரிமை இருக்கிறது? இரண்டையும் ஒரே மாதிரியாகப் பார்க்கவேண்டும். ஆண்டவனுடைய அடியார்கள் அப்படித்தான் உணர்கிறார்கள்.

நாம் ஒரு மனிதனைத் தேடிக்கொண்டு போகிறோம். அவன் வெளியூருக்குப் போயிருப்பதாகக் கேள்விப்பட்டே போகிறோம். ஒருகால் வந்திருக்க மாட்டானா என்கிற நினைப்பு. அப்போதுதான் அவனும் 'ஊரிலிருந்து வந்திருப் பான். முதல் நாள் போயிருந்தால் அவனைப் பார்த்திருக்க முடியுமா? சில மணி நேரம் முன்பாகப் போயிருந்தாலும் அவனைப் பார்த்திருக்க முடியாது. ஆண்டவன் அருள் அல்லவா அப்படிக் கூட்டி வைத்தது?' என்று நினைத்துக் கொள்வதே முறை.

நாம் நிச்சயமாக ஒன்றை நம்பிக்கொண்டிருக்கும் போது அது அப்படியே நடந்து விடுகிறது; அப்போது அதிருஷ்டம் என்று நினைத்து மகிழ்ச்சி அடைகிறோம், 'ஆண்டவன் திருவருள் அவ்வாறு வந்து உதவுகிறது' என்று நினைக்கும்படி இந்தப் பாட்டில் அருணகிரியார் குறிப்பிடுகிறார்

இறைவன் அருள் முன் அறிவிப்பு அனுப்பிவிட்டு வராது. இறைவனிடத்தில் பக்தி செய்ய வேண்டும் நம்மை எப்படிக் காப்பாற்ற வேண்டுமென்பது அவனுக்குத் தெரியும். நாம் நினைக்கிறபடி எல்லாம் வேலை செய்யும் வேலைக் காரனா அவன்? குழந்தை கேட்கிறபடி எல்லாம் உணவுப் பண்டங்களைக் கொடுத்து விட்டால் குழந்தை உருப்படுமா? பலாப்பழம் வேண்டுமென்று குழந்தை கத்துகிறது. தாய் அதை அதன் கண்ணில் படாமலேயே ஒளித்துவிடுகிறாள். குழந்தை மாந்தம் வந்து துன்பப்பட்டு இறந்துவிடக்கூடாது என்கிற மேலான கருணையால் அப்படிச் செய்கிறாள். நம்முடைய ஆத்மாவுக்கு இன்பம் அளிப்பது எது, துன்பம் அளிப்பது எது என்று நமக்கு எப்படித் தெரியும்? எம்பெரு மான் அல்லவா, நாம் உய்வு பெறவேண்டும் என்ற கருணை உள்ளத்தோடு அருள் செய்து கொண்டிருக்கிறான்? 'டாக்டர் கொடுக்கிற மருந்து கசப்பாக இருக்கிறதே' என்றால் அது நம் நோயைப் பொறுத்தது. நம்முடைய பாவ புண்ணிய வினைகளுக்கு ஏற்ப ஆண்டவனுடைய அருள் துன்பமாகவும் வரலாம்; இன்பமாகவும் வரலாம். டாக்டரிடத்தில் நம்பிக்கை வைத்து கசப்பு மருந்தாய் இருந்தாலும், இனிப்பு மருந்தாய் இருந்தாலும் விருப்புவெறுப்பு இன்றிச் சாப்பிடுவதைப் போல, துன்பமாக இருந்தாலும், இன்பமாக இருந்தாலும் ஆண்டவனிடத்தில் நம்பிக்கை வைத்து. இரண்டையும் அவன் திருவருளாக ஏற்றுக்கொள்ள வேண்டும்.

துன்பம் இன்பம் கலந்த வாழ்வில் ஆண்டவன் அருள் என்பது தனியாக வருவது இல்லை. அவையே அவனுடைய அருள்தான். இத்தகைய மனப்பாங்கு வந்துவிட்டவர்கள் இடுக்கண் வந்தால், அதைக் கண்டு அஞ்ச மாட்டார்கள்.

நமக்குத் துன்பம் வந்தால் நெஞ்சு நடுங்குகிறது. இன்பம் வந்தால் கிளுகிளுப்பு உண்டாகிறது. துன்பத்தைத் துன்பம் என்று பார்க்காமல் ஆண்டவனின் அருள் என்று நினைப்பார்க்கு, "எந்நாளும் துன்ப மில்லை" என்ற உறுதி வந்துவிடும்.

ஒருத்திக்கு இடுப்புவலி எடுக்கிறது. மிகவும் வேதனைப் பட்டுக் குழந்தையைப் பெற்றெடுக்கிறாள். குழந்தையின் முகத்தைக் கண்டவுடனே அவளுக்கு அந்த வேதனைகள் மறந்து போகின்றன. எல்லையில்லா மகிழ்ச்சி உண்டாகிறது. அவளுடைய துன்பத்தின் முடிவு இன்பமாக இருப்பதனாலே அந்த வேதனையை அவள் நன்மையாகவே கருதுகிறாள். நாம் அநுபவிக்கிற துன்பங்கள் எல்லாம் நம்முடைய பாவங்களைக் கழுவுகின்றன என்கிற நினைப்புடையாருக்குத் துன்பம் ஒன்றும் செய்வதில்லை. துன்பத்தை அநுபவிக்கும்போது அது ஆண்டவனுடைய திருவருள் என்ற நினைப்பும், அவன் நம்மைக் காப்பாற்றுவான் என்கிற நம்பிக்கையும் உண் டாகும்.

அருள் வரும் வழி

இறைவனுடைய திருவருள் எப்படிக் காப்பாற்றும் என்று சொல்ல முடியுமா? ஒரு பாலைவனத்திலே போய் நிற்பான். தாகத்திற்குத் தண்ணீர் கிடைக்கவில்லையே என்று அவன் துன்பப்பட்டுக் கொண்டிருப்பான். அவ் வழியே போகிறவன் தனக்காக எடுத்துச் செல்லும் இளநீரை இவனுக்குக் கொடுத்துவிடுவான். ஆண்டவன் திருவருள் இவன் தாகத்திற்கு இளநீராக வரும். எம்பெருமானின் அருள் எங்கு வரும், எப்படி வரும் என்று சொல்ல முடியாது; எங்காயினும் வரும்.

இவன் வாழ்க்கையில் மிகவும் அல்லற்பட்டவனாக இருப்பான்; இவனை வைத்துத் தாங்கும் சிறந்த பிள்ளையாக வரும்; அடுத்த பிறவியில் இவனைப் பெரிய பணக்காரன் என்று எல்லோரும் போற்றக்கூடிய செல்வமாக வரும். அதைப்போலவே யாசிப்பவர்களுக்கு இடுவதும் வீணாகப் போகாது. எங்காயினும் வரும் என்று சொல்கிறார் அருணகிரியார்.

பொங்கார வேலையில் வேலைவிட்டோன் அருள்போல் உதவ
எங்காயினும் வரும் ஏற்பவர்க்கு இட்டது.

[வேலை - சமுத்திரம். பொங்கு ஆர வேலையில்-முத்துக் களையுடைய பொங்கும் சமுத்திரத்தில்.]

முத்துக்கள் உண்டாகும் சமுத்திரத்தில் வேலை ஏவிய வனுடைய அருள் போல, ஏற்பவர்க்கு இட்டது எங்காயி னும் வரும் என்கிறார். "இறைவன் அருள் இன்ன இடத்தில் இப்படி வரும், இப்படி உபகாரம் செய்யும் என்று சொல்ல முடியாமல் எங்காயினும் வந்து உதவி செய்வது போலவே இரப்பவர்களுக்குத் தர்மம் செய்கிற பொருளும் வந்து, உதவும். இந்த உலகத்தில் மாத்திரம் அல்ல; வேறு உலகத் தில் வேறு பிறவியிலும் வந்து சாரும். வேளாண்மை செய் தால் விளைவு உண்டு என்பது போலவே பிறருக்குக் கொடுத்தால் அதற்கும் விளைவு உண்டு" என்கிறார் அருணகிரியார்.

கடல் சுவற வேல் விட்டவன்

சூரபன்மனுக்கும் முருகப்பெருமானுக்கும் போர் நடந்தது. என்ன என்ன உருவங்களையோ எடுத்துக் கொண்டு சூரன் எதிர்த்தான். எல்லாவற்றையும் முருகன் அழித்துக் கொண்டே வந்தான். இனி அப் பெருமானிடத்திலிருந்து தப்ப வழி இல்லையே என்று அஞ்சி அவன் மாமரமாக உருவெடுத்துக் கடலுக்குள் போய் ஒளிந்து கொண்டான். மிக மிகப் பாவியாகிய அவனுக்குக் கடல் ஒளிய இடம் கொடுத்தது. ஆறுமுகநாதன் தன் திருக்கரத்தில் இருந்த வேலைக் கடலுக்குள் விட்டான். அது சுவறிப் போக அதற்குள் கிடந்த முத்துக்களும், மணிகளும் பளிச்கப் பளிச்சு என்று ஒளிவிட்டன. சூரபன்மன் தலைகீழாக ஒரு மாமரமாய் இருப்பதும் தெரிந்தது. தன் வேலினால் மாமரத்தைப் பிளந்து, அதற்குள் இருந்த சூரனும் மாளச் சங்காரம் பண்ணினான் எம்பெருமான். சேவற்கொடியாகவும், மயில்வாகனமாகவும் அவனை ஆக்கிக் கொண்டான்.

கடல் முத்துக்களை மாத்திரம் வைத்துக் கொண்டிருந்த போது அதனிடம் முருகனுக்குச் சினம் இல்லை. பிறருக்குத் தீங்கு பண்ணிக்கொண்டிருந்த, பிறருடைய இன்ப வாழ்வைக் குலைத்துக் கொண்டிருந்த, சூரனுக்கு ஒளிய இடம் கொடுத்தபோதுதான் அதனிடத்தில் அவனுக்குக் கோபம் வந்தது. தண்ணீர் சுவறிப் போகும்படியாக வேலை விட்டான்.

கெட்டவனை உள்ளே கொண்ட கடலைச் சுவறிப் போகும்படி வேலை விட்ட முருகவேள் நல்லவர்களுக்கு நல்லவன். நம் மனத்தில் கெட்ட எண்ணங்கள் ஒளிய இடம் கொடுக்காமல் அற நினைவுகளை வைத்துக்கொண்டு அவனிடத்தில் பக்திசெய்து வாழ்ந்தால் அவனுடைய அருள் எங்கா யினும் வந்து உதவும். அப்படியே யாசிப்பவர்களுக்கு நாம் இடுவதும் வீண்போகாமல் எங்காயினும் வந்து உதவும்.

இது தெரிந்தும், ஆண்டவனிடம் பக்தி கொள்ளாமல் பொருளை ஈட்டி, அதைப் பிறருக்குக் கொடுக்காமல் தமக்கே பயன்பட வேண்டும் என்று பலர் சேமித்து வைத்துக் கொள்ளுகிறார்களே, அவர்களைப் பார்த்து அருணகிரியார் ஒன்று சொல்ல வருகிறார்.

வங்காரமும் உங்கள் சிங்கார வீடும்
மடந்தையரும்
சங்காதமோ கெடுவீர்! உயிர் போம்அத்
தனி வழிக்கே?

தனி வழி

தம்மிடம் உள்ள பொருளை யாசிப்பவர்களுக்கு இடாமல் வைத்துக் கொண்டிருப்பவர்கள் என்ன நினைக்கிறார்கள்? தம்மிடமுள்ள பொருள், தங்கம், தாங்கள் கட்டிக் கொண்ட அழகான வீடு, இரண்டு லட்சம் பெறுமான அளவில் கட்டப்பட்டிருக்கும் சிங்கார பங்களா, மனைவி இவைகள் எல்லாம் தங்களுக்கு எப்போதும் துணையென நினைக்கிறார்கள். வங்காரம் -தங்கம்; தெலுங்கில் பங்காரு என்பார்கள். அருணகிரியார் சொல்லுகிறார். "நீங்கள்

தனியாகப் பிரயாணம் செய்யவேண்டிய நெடும்பாதை ஒன்று இருக்கிறதே, மரணத்தின் பின்; உயிர் பிரயாணம் செய்யப்போகிற அந்தத் தனி வழியில் இவை எல்லாம் துணை செய்யுமா? துணை செய்யும் என்று பிறருக்குக் கொடுக்காமல் வைத்துக் கொண்டிருக்கிறீர்களே! கெடுபவர்களே!" என்று இடித்துச் சொல்கிறார்.

பொன்னும் வீடும் மடந்தையரும்

ஒருவன் தன்னிடம் இருக்கும் பணத்தை எல்லாம் தங்கமாக மாற்றி வைத்துக் கொள்கிறான். தங்கத்தின் மதிப்பு என்றைக்கும் நிலையானது என்று நினைக்கிறான் எப்போதும் அது துணையாக இருக்கும் என்று நினைக்கிறான்.

பெரிய பங்களாக் கட்டிக் கொள்கிறான். அதில் எத்தனை அறைகள் இருக்கின்றன தெரியுமா? மாடு கட்டும் கொட்டகையே மிகப் பெரியதாக, மிக அழகாக இருக்கிறது. சாப்பாட்டுக்கூடம், படுக்கை அறை முதலிய பல அறைகளைச் சித்திர வேலைப்பாட்டோடு கட்டியிருக்கிறான். இரண்டு லட்சம் ரூபாய் செலவில் கட்டப்பட்டிருக்கும் அந்த மாளிகையில் ஆண்டவனுக்கு ஓர் இடம் இல்லை. மனத்தில் இருந்தால் அல்லவா அங்கே இருக்கும்? இறைவனை மறந்து சிங்காரமாகக் கட்டிய வீடு அது. அந்த வீட்டைத் தன்னுடைய மனைவியின் திருவுள்ளப்படி கட்டியிருக்கிறான். அவள் இன்ன வசதி சமையலறையில் வேண்டும் என்றாளோ அவற்றை யெல்லாம் அமைத்திருக்கிறான். அவள் விருப்பப்படியே நல்ல காற்று வரும் இடத்தில் படுக்கை அறையை வகுத்திருக்கிறான். சிங்கார வீட்டில் அந்தச் சிங்கார மடந்தையுடன் வாழ்கிறான். தன்னுடைய கைப்பொருளை மனைவிக்கே எத்தனை பேர்கள் கொடுத்து விடுகிறார்கள்? காரணம் அவளால் இன்பம் கிடைக்கிறது என்ற நினைவுதான்.

இப்படித் தம்மிடம் இருக்கும் பொருளைப் பிறர்க்குக் கொடுக்காமல், யாசிப்பவர்களுக்கு இடாமல், தங்கமாக வைத்துக் கொண்டிருப்பவர்களும். வீடாக வைத்திருப்பவர்

களும், மடந்தையரோடு வாழும் வாழ்வாக வைத்திருப்பவர் களும் கடைசியில் செத்துத்தான் போகிறார்கள். அவற்றை யெல்லாம் வைத்துக்கொண்டு திட்டமாக இத்தனை காலம் வாழலாம் என்ற வரையறையாவது உண்டா?

“நெருநல் உளன் ஒருவன் இன்றுஇல்லை என்னும்
பெருமை உடைத்து இவ்வுலகு ”

என்கிறார் வள்ளுவர்.

திருமூலர் சொல்வது

திருமூலர் நமக்கு ஒரு காட்சியைக் காட்டுகிறார்.

ஒரு செட்டியார்: அவருக்கு நாக்குச் சுவை அதிகம். அதற்கு ஏற்றபடி அவருடைய மனைவியும் நன்றாகச் சமைத்துப் போடும் ஆற்றல் படைத்திருந்தாள். தினமும் அவரே பையை எடுத்துக் கொண்டு காய்கறிக் கடைக்குப் போய்ப் பிஞ்சுக் கத்திரிக்காய், பிஞ்சு வெண்டைக்காய் முதலியன வாங்கி வருவார். அவருக்குப் புடலங்காய் என்றால் உயிர். ஒருநாள் அவர் கடைக்குப்போயிருந்தார். நல்ல பிஞ்சுப் புடலங்காய் கட்டுக் கட்டாக வந்திருந்தது. அவருக்கு நாக்கிலே நீர் சுரந்தது. உடனே இரண்டு புடலங்காயை வாங்கி ஒடித்துப் பையில் போட்டுக் கொண்டு வீட்டுக்கு வந்து மனைவியிடம் கொடுத்து அடிசில் பண்ணச் சொன்னார். அந்த அம்மாளும் சுருள் சுருளாக நறுக்கிச் சுவைப்படச் சமையல் பண்ணினாள். அதை நன்றாகச் சப்புக்கொட்டிச் சாப்பிட்டார் செட்டியார்; உள்ளே போய் இளைப்பாறினார்.

மனைவி வந்தவுடன், "இன்றைக்கு நீ புடலங்காய்க் கறி பண்ணியிருந்தாயே, மிக அருமை, அருமை!" என்று மிகவும் இரகசியமாகப் பேசினார். அதற்குப் பின்பு, “என்னவோ இடப்பக்கமாக வலிக்கிலதே!' என்று சொல்லிப் படுத்தார். படுத்தவர் படுத்தவர்தாம்; எழுந்திருக்கவே இல்லை.

"அடப்பண்ணி வைத்தார்; அடிசிலும்
உண்டார்;
மடக்கொடி யாரொடு மந்தணம் கொண்டார்;
இடப்பக்கமே இறை நொந்ததே என்றார்;
கிடக்கப் படுத்தார்; கிடந்தொழிந் தாரே!"

அத்தனை அன்புடைய மனைவி அவருடன் போகவில்லை. அவர் செல்வமும் போகவில்லை. யாவும் இந்த உடம்பு வாழும் வரைக்கும் இங்கே தொடர்புடையவைபோல இருக்கும்.

எதுவரை வரும்?

"அத்தமும் வாழ்வும் அகத்துமட்டே"

என்பார் பட்டினத்தார். பணம், உத்தியோகம், வீடு எல்லாம் வீட்டில் இருக்கிறவரைக்குந்தான். உயிர் இருக்கிற வரைக்கும் அனுபவிக்கலாம். உயிர் போம் காலத்தில் அவை பயன்படுமா? கூட வருமா? வரா. அவை வீட்டோடு சரி. அன்புடைய மடந்தையராவது கூட வருவார்களா?

"விழி அம்பொழுக
மெத்திய மாதரும் வீதிமட்டே."

கிராமங்களில் பெண்கள் சுடுகாட்டுக்குப் போகும் வழக்கம் இல்லை. பிணத்தை எடுத்துக்கொண்டு போகும் போது தெருமுனை வரையில் வருவார்கள். சுடுகாட்டுப் பக்கம் திரும்பியவுடனேயே அவர்கள் ஆற்றுக்குப் போய்விடுவார்கள். ஆகவே பெண்களும் வீடுமட்டுந்தான் வருவார்கள்.

அப்பா அப்பா என்று விம்மி விம்மி அலறி அழுகின்ற மைந்தர்களாவது கூட வருவார்களா? அவர்களும் சுடு காட்டோடு நின்று விடுவார்கள்;

"விம்மிவிம்மி இரு
கைத்தல மேல்வைத் தழுமைந் தருஞ்சுடு
காடுமட்டே."

அப்போது நம்மைத் தொடர்ந்து வருவன எவை?

"பற்றித்தொடரும் இருவினைப் புண்ணிய
பாவமுமே."

நாம் செய்கின்ற புண்ணிய பாவ வினைகளே நம்மைத் தொடர்ந்து வரும் என்கிறார் பட்டினத்தார்.

"அத்தமும் வாழ்வும் அகத்துமட் டே;விழி
அம்பொழுக
மெத்திய மாதரும் வீதிமட் டே விம்மி விம்மிஇரு
எங்காயினும் வரும்
கைத்தலம் மேல்வைத் தழுமைந் தரும்சுடு
காடுமட்டே;
பற்றித் தொடரும் இருவினைப் புண்ணிய
பாவமுமே".

இரு வினை

புண்ணிய பாவ வினை என்பன உலகிலுள்ள மக்களின் கண்ணுக்குத் தெரியாதவை. அவை உண்டென்று அவற்றின் விளைவாக இன்ப துன்பங்களை அநுபவிக்கும்போது உணர்ந்து கொள்ள முடிகிறது.

இரண்டு கம்பிகள் ஒரே மாதிரியாகத்தான் ஓடுகின்றன. இரண்டுக்கும் வித்தியாசம் ஒன்றும் தெரியவில்லை.

ஒரு கம்பியைத் தொடுகிறான்; ஒன்றும் தெரியவில்லை. மற்றொரு கம்பியைத் தொடுகிறான்; டக்கென்று 'ஷாக்' அடிக்கிறது. இந்த விளைவைக் கொண்டே இது மின்சாரக் கம்பி, தொடக் கூடாது என்று உணர்கிறான். சாதாரண கம்பிக்கும் மின்சாரக் கம்பிக்கும் வித்தியாசம் கண்ணுக்குத்

தெரிகிறதா? இருவினைகளும் இப்படியே அநுபவமாக வந்து தாக்கும் போதுதான் உண்மை தெரியும்.

ஒரு தகப்பனாருக்கு இரண்டு பிள்ளைகள், இரட்டைக் குழந்தைகளாகப் பிறக்கிறார்கள். இரண்டு பேரையும் படிக்க வைக்கிறார். ஒருவனுடைய முயற்சி எல்லாம் பயன் அளித்து வருகிறது. மற்றொருவன் தொட்டது எல்லாம் தோல்வியாக முடிகிறது. முன்னவன் எம். ஏ. தேர்ச்சிபெற்று, விட்டு நல்ல உத்தியோகத்தில் இருக்கிறான்; இவன் எஸ்.எஸ். எல்.ஸி. கூடப் படிக்காமல் வீட்டில் இருக்கிறான். இதற்குக் காரணம் என்ன? இரண்டு கம்பியும் ஒன்றாகத் தோன்றினா லும் ஒரு கம்பியைத் தொடும்போது 'ஷாக்கு' அடிப்பதனால் அது மின்சாரக் கம்பி என்று தெரிந்து கொள்வது போல, இரண்டு பிள்ளைகளும் ஒரே தகப்பனாருக்கு, ஒரே சமயத்தில் பிறந்து, ஒரே வீட்டில் வளர்ந்து வந்தாலும் அவனுடைய புண்ணிய வினையால் அவனுக்கு எல்லாக் காரியங்களும் அனுகூலமாகின்றன; இவனுடைய பாவம் இவன் முயற்சி எல்லாம் தோல்வி அடையும் படியாகச் செய்கிறது. இப்படி உணர்ந்து கொள்ளாமல் வேறு எப்படி உணர்ந்து கொள்வது? இந்தப் பிறப்பில் அவர்கள் எவ்விதமான பாவ புண்ணியங் களையும் செய்யவில்லையாதலால் அவர்கள் முன் பிறப்பில் செய்தவை தொடர்ந்து வருகின்றன என்று கொள்ள வேண்டும்.

ஆகவே, ஒருவன் இறக்கும்போது அவன் உயிர் செல்கின்ற தனி வழியே வீடு தொடர்ந்து வருவது இல்லை. அவன் சேர்த்து வைத்திருந்த தங்கம், அவனுடைய மனைவி, மைந்தர்கள் யாரும் தொடர்ந்து வருவது இல்லை. புண்ணிய பாவமே தொடரும்.

உயிர் போம் வழி

உயிர் போகின்ற கடைசி வழி எப்படிப்பட்டது? தனி வழி அது. யாரும் உடன் வர முடியாத தனி வழி. உடம்போடு போகத் துணை உண்டு; உயிரோடு போகத்துணை இல்லை.

"பயந்த தனிவழி"

என்று ஓர் இடத்தில் அருணகிரியார் சொல்கிறார்.

"நும்மை நேடிவரும் தொலையா வழி"

என்று முன்பு சொல்லியிருக்கிறார். "நீங்கள் விரும்பினாலும் விரும்பாவிட்டாலும் தானாகவே உங்களைத் தேடி வருகிற தொலையா வழி அது. அதில் நீங்கள் யாத்திரை செல்லும் போது துணை வேண்டுமென்றால். மலை ஆறு கூறுகளாகப் போகும்படி வேலை விடுத்த வேலாயுதனை வணங்கி, ஏற்றவர்களுக்குக் கீரை இருந்தாலும், வெந்தது எது இருந்தாலும் பகிர்ந்து கொடுக்கும் நிலையான மாதவத்தைச் செய்யுங்கள் அந்தத் தர்மந்தான் தொலையா வழிக்குப் பொதி சோறும் உற்ற துணையுமாக உங்களுக்கு வந்து உதவும்" என்று முன்பு எல்லோரையும் பார்த்துச் சொன்னார்.

ஒரு நாள் இரண்டு நாள் போகக் கூடிய வழியாக இருந் தாலே, "துணையோடல்லது நெடுவழி போகேல்" என்று சொல்வார்கள். உயிர் எத்தனை பிறவிகள் யாத்திரை செய்யப் போகிறதோ தெரியாது. அது போகிற வழியும் தொலையா வழி; நெடு வழி; அதுவும் யாரும் துணைக்கு வர இயலாத தனி வழி, பொன், பொருள், மனைவி, மக்கள் எல்லாம் உயிர் போகின்ற அந்தத் தனி வழிக்குத் துணையாக வரமுடியாதே! அவற்றைச் சங்காதம், துணை என்று எண்ணிக் கொண்டிருந்தால் கெட்டுப்போக வேண்டி வரும். உயிரைத் தொடர்ந்து வருவது புண்ணிய பாவ வினைகள் தாம். நம்மிடம் உள்ள பொருள்களை ஏற்பவர்களுக்கு இட்டுப் புண்ணியத்தைத் தேடிக்கொள்ள வேண்டும். பொங்கார வேலையில் வேலைவிட்டோன் அருள் போல, அது எங்காயினும் உதவ வரும்.

இறைவனுடைய அருளைப் பொருளாக நினைக்கிறவர் களுக்குத் தங்கள் கையிலுள்ள பொருள் எதுவும் பொருளாகத் தோன்றாது. இறைவன் அருளிடத்தில் நம்பிக்கை

உடையவர்களுக்குப் பொருளிலே பற்று இராது. இறைவன் அருள் உதவி செய்ய வந்தால் பொருள் அறமாக மாறி விடும்.

இளையான்குடி மாற நாயனார்

இளையான்குடி மாறனார் என்கிற வேளாளர் ஒருவர். காவிரிப்பூம்பட்டினத்தில் இருந்தார். அவருக்குப் பண்ணை நிலங்கள் மிகுதியாக இருந்தன. விளைச்சல் முழுவதையும் சிவனடியார்களுக்கே அமுது படைப்பதில் செலவிட்டுக் கொண்டிருந்தார்.

"எத்தனைஅன்பு! எத்தனை தர்மம் செய்கிறார்!" என்று சிலர் அவரைப் பாராட்டிக் கொண்டிருந்தார்கள். எல்லோரும் அப்படிப் பாராட்டுவார்களா? "என்னிடம் பணம் இருந்தால் நானும் அப்படித் தர்மம் செய்வேன்" என்று சொல்கிறவர்கள் எத்தனை பேர்? பணம் படைத்தவர் கள் எல்லோரும் தர்மம் செய்கிறார்களா? ரூபாய்க்கு ரூபாய் வட்டி சேர்த்து வாங்கிச் சேமித்து வைக்கிறவர்கள் இல்லையா? நம்மால் தர்மம் செய்யமுடியா விட்டாலும், 'அவன் தர்மவான். அளவற்ற தர்மங்களைச் செய்து வருகிறான்' என்று சொல்வது நல்லது. "அவன் பண்ணு கிறானே, நீ பண்ணவில்லையே!" என்று யாராவது சுட்டிக் காட்டப் போகிறார்களே என்பதற்காக இவர்களே "எனக்கும் பணம் இருந்தால் தர்மம் செய்வேன்" என்று சொல்லிக் கொண்டு விடுகிறார்கள்.

இளையான்குடி மாறனார் செய்த தர்மத்தைப் பார்த்தும் இப்படித்தான் பேசினார்கள். "அவனுக்கு இருக்கிறது; தர்மம் செய்கிறான். அந்த மாதிரி நமக்கு இல்லையே, தர்மம் செய்ய" என்று பொறாமைப்பட்டுக் கொண்டிருந்த பாவிகளுக்குப் புத்தி புகட்ட வேண்டுமென்று இறைவன் கருதினான். மாறனாருக்கு வறுமை உண்டாயிற்று. கையில் இருந்த கொஞ்ச நஞ்சம் பொருளையும் அவர் தர்மம் செய்து வந்தார். நிலங்களை எல்லாம் விற்றுத் தர்மம் செய்து விட்டார். ஒரே ஒரு வயல்தான் எஞ்சியிருந்தது. அதில் விளைகிற நெல்லைக்

கொண்டு தொடர்ந்து அடியார்களுக்கு அமுது இடவேண்டுமென்று அவருக்கு ஆசை.

வீட்டில் வைத்திருந்த நெல்லைக் கொண்டுபோய் அன்று காலையில் தான் விதைத்து விட்டு வந்தார். மாலையிலே இடி மின்னலுடன் மழை வந்துவிட்டது. "ஐயோ வயலில் விதை மிதக்குமே" என்று கவலைப்பட்டுக் கொண்டு உட்கார்ந்திருக்கும் போது, இரவு பத்து மணிக்கு ஒருவர், "ஐயா, ஏதாவது கொடுங்கள் புசிக்க; மிகவும் பசிக்கிறது" என்று கேட்டுக் கொண்டு வந்தார்.

எத்தனை தர்ம நினைவுடையவர்களாக இருந்தாலும் நாமாக இருந்தால் என்ன சொல்வோம்? "போ ஐயா. போ. இராத்திரி பத்து மணிக்குத்தான் பிச்சை கேட்க வருகிறதோ? காலையில் வா'' என்று விரட்டுவோம்.

"அவர் என்ன நினைத்தார் தெரியுமா? கொட்டுகிற மழை யில் இரவு பத்து மணிக்குப் பிச்சை கேட்க அவன் வந்தான். ஆகையால், "ஐயோ பாவம்! எத்தனை நாளாகப் பட்டினி யாக இருக்கிறாரோ! எவ்வளவு பசியோ!" என்று நினைத்து இரங்கினார். வருத்தம் உண்டாயிற்று. உள்ளே போனால் சாப்பாடு இல்லை. சமைக்கலாம் என்றால் அரிசி இல்லை. விறகு இல்லை. உள்ளே அத்தனை வறுமை!

அவருடைய வேதனையை ஒரே விநாடியில் உணர்ந்து கொண்டாள் அவருடைய மனைவி. அவள் அறம் வளர்க்கும் பெருமாட்டி. "நீங்கள் ஏன் வருந்துகிறீர்கள்? காலையிலே விதைத்த நெல் இந்த மழையில் நிச்சயம் மேலாகத்தான் மிதக்கும். அதுவும் ஒரு பக்கமாக ஒதுங்கிக் கிடக்கும். வயலுக்குப் போய் அதை அரித்துக்கொண்டு வந்து விடுங்கள். நான் அதைக் குத்தி அரிசியாக்கி விரைவில் சமைத்து விடுகிறேன்" என்று ஆறுதல் கூறினாள். அவரும் அப்படியே கொட்டுகிற மழையில் கூடையை எடுத்துக் கொண்டு போய் நெல்லை அரித்து வந்தார். விறகு இல்லை. வீட்டின் மேல் இருந்த கூரையிலுள்ள கம்புகளைப் பிரித்துக் கொடுத்துச்

சமைக்கச் சொன்னார். காய்கறி ஒன்றும் இல்லை. புறக்கடையில் இளம் பயிராகக் குழியில் ஏதோ இருந்தது. அதை அப்படியே அவசர அவசரமாக அரிந்து கொண்டு வந்தார்

அவர் குழியிலுள்ள பயிரையா அரிந்தார்? தம்முடைய பாசத்தின் அடிவேரையே அரிந்தார். இதைச் சேக்கிழார் அழகாகச் சொல்கிறார்.

“குழிநிரம் பாத புன்செய்க்
குறும்பயிர் தடவிப் பாசப்
பழிமுதல் பறிப்பார் போலப்
பறித்தவை கறிக்கு நல்க”

என்கிறார்.

சமையல் செய்துவிட்டுத் திண்ணையில் வந்து பார்த்தால் அடியாரைக் காணவில்லை. சிவபிரான் காட்சியளித்து, "நானே உன்னைச் சோதனை செய்தேன்" என்று அருளி இன்ப வாழ்வளித்தான்.

இறைவன் நினைவும் இடுதலும்

இப்படிக் கடைசிப் பொருள் உள்ளவரைக்கும் ஏற்பவர்க்கு இடுகிற உத்தமர்கள் உலகில் இருக்கிறார்கள். பொருள் இருந்தாலும் கொடுக்க மனம் இல்லாத லோபி களும் இருக்கிறார்கள். அறம் செய்வதற்குப் பொருள் வேண்டும் என்பது அல்ல; மனம் வேண்டும். இதை இளையான்குடி மாறனாரிடத்தில் பார்த்தோம். இறைவன் திருவருளை உணர்ந்தவர்கள், அவன் அருள் எப்படிக் கிடைக்கும் என்று ஏங்கி, தம்மிடமுள்ள பொருள்களைத் தர்மம் செய்வார்கள். இறைவன் அருளை நினைத்தால்தான் அல்வாறு கொடுக்கத் தோன்றும்.

இறைவன் அருளை மனத்தில் வைக்காதவர்களுக்குத் தங்கமாகவும், வீடாகவும் பொருளைச் சேர்த்துக் கொள்ளத் தெரியும். மடந்தையர்களுக்காகப் பொருளை அழிக்கத்

தெரியும். அவர்களுடைய வீடும் மடந்தையருமா உயிர் போம் தனி வழிக்குத் துணையாக வருவார்கள்? அத்தகைய வர்களைப் பார்த்து இடித்துரைக்கிறார் அருணகிரியார்.

"நீங்கள் எவற்றை வாழ்க்கைக்கு நலம் செய்யும் என்று சேர்த்து வைக்கிறீர்களோ அவை பிறகு உதவ வருவதில்லை, ஏற்பவர்களுக்கு இட்டது தான் வரும். அது எப்போது எப்படி வரும் என்று உங்களுக்குத் தெரியாது. எப்படியும் எங்கேனும் வரும். முத்துக்களையுடைய கடலில் வேலை விட்டவனுடைய அருள் போல எங்காயினும் வந்து உதவும். இது சத்தியம்" என்று அருளையும், பொருளையும். இணைத்து ஓர் அறிவுரைப் பாடலை அருள்கிறார் அருணை முனிவர்.

பொங்கார வேலையில் வேலைவிட்
டோன்அருள் போல்உதவ
எங்கா யினும்வரும், ஏற்பவர்க்கு இட்டது;
இடாமல்வைத்த வங்கா ரமும்உங்கள் சிங்கார
வீடும் மடந்தையரும் சங்காத மோகெடு வீர்! உயிர்
போம்அத் தனிவழிக்கே!

[கெடுமதியாளர்களே! பொங்குகின்ற முத்துக்களை உடைய கடலில் வேலாயுதத்தை விட்ட முருகனுடைய அருள் அவனுடைய அன்பர்களுக்கு எங்காயினும் வந்து உதவுவது போல, உங்களிடம் வந்து குறையிரந்தவர்களுக்கு இட்ட புண்ணியத்தின் விளைவு எங்காயினும் உதவி புரிய வந்து சேரும்; அப்படி இரந்தவர்களுக்குக் கொடுக்காமல் பாதுகாத்து வைத்த தங்கமும், உங்கள் அழகிய வீடும், அழகிய மனைவிமாரும் உயிர் உடம்பை விட்டுச் செல்லும் அந்தத் தனி வழிக்குத் துணை ஆவார்களோ?

பொங்கு வேலை, ஆர வேலை என்று கூட்டவேண்டும். ஆரம்-முத்து. வேலை-கடல். ஏற்பவர் - இரப்பவர். இட்டது -அளித்தது, வங்காரம் -பான்; உபலட்சணத்தால் எல்லா வகையான பொருள் களையும் குறித்தது சிங்காரம்-அழகு; சிங்கார மடந்தையர் என்று சேர்த்துப் பொருள்

கொள்ளவேண்டும். "சிங்கார மடந்தையர் தீநெறி போய்" என்பது கந்தர் அநுபூதி. சங்காதம்-உறவு; இங்கே துணை. கெடுவீர் என்பது இரக்கத்தால் வரும் ஒரு சொல்; கெடுவாய் என்பதும் அது; "கெடுவாய் மனனே கதிகேள்" என்று கந்தர் அநுபூதியில் வரும். தனி வழி-உயிர் உடம்பை விட்டு, மறுமையை நோக்கிச் செல்லும் வழி. அது: உலகறி சுட்டு. இட்டது வரும், இடாதது வராது என்பது கருத்து,

ஆசைகள் மூன்று என்று சொல்வார்கள். பொன்னாசை, மண்ணாசை, பெண்ணாசை என்பவை அவை. இந்தக் காலத்தில் மண்ணாசை என்பதற்குப் பொருளே வேறாகி விட்டது. நாடு பிடிக்க ஆசைப்படுவது மண்ணாசை. விரிவான நிலங்களை வாங்கிச் சொந்தமாக்கிக் கொள்வதும் மண்ணாசையே. தனக்கென்று வாழும் இடம் ஒன்று பெற விரும்புவதும் மண்ணாசைக்கு இனமென்றே கொள்ளலாம். அப்படி வைத்துக் கொண்டால் இங்கே அருணகிரியார் மூவகை ஆசைக்கும் உரிய பொருள்களைச் சொல்கிறார் என்று கூறலாம். வங்காரத்தில் உள்ள விருப்பம் பொன்னாசை; சிங்கார வீட்டில் மேலுள்ள ஆசை மண்ணாசை: சிங்கார மடந்தைபால் உள்ள பற்றே பெண்ணாசை. இப்படியே மூன்று ஆசைகளைச் சொல்லும் போது மண்ணாசையாக இல்லத்தின் மேலுள்ள ஆசையைச் சர்த்துச் சொல்வது அருணகிரியாருக்கு இயல்பு அகமாடை மடந்தையர் என்று அயரும், சாமாயை" என்று கந்தர் அநுபூதியில் பாடுகிறார். அங்கே, அகம்- வீடு; மாடை-பொன்; மடந்தையர்-பென்கள். இங்கே வங்காரம் என்பதை அங்கே மாடை என்றார்; சிங்கார வீடு என்பதை அகம் என்றார்.]

இது கந்தர் அலங்காரத்தில் 59-வது திருப்பாடல்.

முற்றும்.

★★★

9 788199 825864